Nấu Chậm

Sách Nấu Ăn Thủy Tinh Của Món Ăn Thơm Ngon, Sống Động Và Ngon Miệng

Lily Nguyen

Mục lục

Thịt lợn muối và Chorizo Mexico.. 10
Heo và chorizo tacos 12
Thịt lợn với khoai tây và bắp cải... 14
Thịt lợn và dưa cải bắp.. 15
Thịt lợn Phần Lan với củ cải đường và mì.................................... 16
Lợn đến Đức 17
Ham với đậu Hà Lan và đậu xanh 18
Thịt nguội và ớt với Polenta 19
Xúc xích hun khói với đậu 20
Bí ngô với xúc xích hun khói 21
Risotto xúc xích Ý và rau củ 22
lasagna xúc xích 23
thịt cừu hầm Ailen... 24
Thịt cừu hương thảo với khoai lang 25
Thịt cừu với đậu trắng và Chorizo 26
Chân cừu với đậu lăng 27
Thịt cừu với Chiles.. 28
thịt cừu Ma-rốc 30
Thịt cừu và củ cải với ngò.. 32
Tajine thịt cừu và rau 33
Thịt cừu của Marrakech 35
Biriani thịt cừu... 37
hai thịt hầm... 38
Heo và gà với nấm kép.. 40

Ragú của Karelia	42
Thịt cừu và thịt bê với rượu cognac	43
Hầm res, thịt lợn và thịt gà	44
Cơm Ý gà	46
Gà nướng với nam việt quất và sốt cam	48
Nước sốt nam việt quất và cam	49
khoai tây nghiền thật	50
Gà nướng với khoai tây nghiền và nước thịt	51
Cà ri gà đậu xanh kiểu Thái	53
Ức gà với rau cay	55
Gà Sherried	57
Cơm gà rang muối	58
Địa Trung Hải gà	59
Gà Indonesia với bí xanh	61
Ức Gà Với Quả Sung	63
Gà Mole	64
sốt chuột chũi	65
Gà Divan	66
điệu salsa	67
soong gà dễ dàng	68
Gà sốt tiêu đỏ với pepperoni	69
gà đồng	71
Gà với đậu và đậu xanh	73
Camote với gà	74
Thịt gà hầm khoai tây nghiền	75
Gà nhồi nướng chậm	77
gà và nấm	79

Gà và nấm rừng	81
gà với chanh	82
Gà với rượu táo và kem	83
Cơm gà bó xôi	84
Cơm rau mồng tơi	86
Cam gà và rau	87
Gà gừng và cam với bí ngô	89
Gà Apricot	91
Gà Trái Cây Sấy	93
Gà nấu rượu vang đỏ với nấm	95
Veronique của gà	97
Gà với Tarragon và mù tạt	98
Gà với mật ong và mù tạt	100
Cà ri gà, hạt tiêu và ngô kiểu Trung Quốc	101
Gà xào chua ngọt với rau củ	103
Gà với cà chua và đậu	105
Gà với Couscous	106
Gà với rau và đậu lăng	108
Gà vườn với couscous	109
gà Fricassee	111
Gumbo gà	113
Gà El Paso	114
nui cay	116
Thịt lợn ớt với rau	118
Tây Nam Chile	119
ớt thăn	121
Ớt với Rajas	122

Chile Habanero	124
Chile Rio Grande	125
Ớt cay Texas	127
Chi-lê sang tiếng Ý	129
Ớt của gà đến nhà thờ Hồi giáo	131
Poblano thịt bê cay	132
Tortilla ớt dễ dàng	133
nêm tortilla	134
Ớt hai bước Texas	135
Taco của Chile	136
Khoai tây Tortilla nướng	137
kem ớt	137
nốt ruồi ớt	140
Guacamole	140
Chile xanh	142
Ngò và kem chua ớt	143
chorizo mexico	144
Chorizo ớt Mexico	145
Phô mai và ớt trắng với sốt cà chua đỏ	146
Sốt cà chua đỏ	147
chủ trang trại Chile	148
Bí ngô vàng và ớt Cannellini Bean	150
Địa Trung Hải Chile	152
ớt với đậu	154
Ớt đậu đen trắng	155
Ớt với đậu và bia	157
Ớt đậu cay với Fusilli	158

Ớt đậu lăng với thịt xông khói và bia	160
Ớt rau và đậu lăng	162
Ớt đậu đen chay	163
Guindilla của đậu và ngô ngọt	164
Ớt không có thịt	165
bánh ngô ớt	167
Chipotle khoai lang ớt	169
Artemis ớt với cà chua tươi	170
Đậu đen, gạo và ngô ngọt Guindilla	171
Tương ớt	172
Ca-ri-bê Chi-lê	173
sốt xoài	175
Rosbif với Fettuccine	176
Sốt củ cải cay Rosbif	178
Sauerbraten	180
Nướng trong nồi	182
Cà phê rang	183
bò Bourguignon	184
vú nướng	186
Bánh mì bò nướng	187
Bôi gia vị	188
Bít tết sườn nhồi nấm	189
Ức hầm bia	190
Bánh flan thịt bê rau củ	192
Carbonnade của thịt bê	194
rouladen	196
rouladen bằng tiếng Ý	197

Rouladen phong cách Hy Lạp.. 198
sườn hầm.. 199
Bò Res Cay Củ Cải Cay... 200
bánh thịt đơn giản... 202
Thịt viên Y... 204
Bánh nhân phô mai mặn... 206
Bánh thịt với tương ớt và đậu phộng................................. 208
Sốt trứng và chanh.. 210
Bánh thịt chanh với trứng và nước sốt chanh................. 211
Bánh mì thịt nguội chua ngọt... 213
Thịt dễ dàng với rượu và rau... 215
Lá cải xoăn nhồi bông 216
thịt viên Florentine... 218
Rigatoni với thịt viên cà tím.. 220
cà tím viên... 221

Thịt lợn muối và Chorizo Mexico

Món thịt lợn với ớt này cũng tạo nên món bánh tét ngon.

Phục vụ từ 6 đến

chorizo mexico

225 g / 8 oz thăn heo đã lọc xương, thái hạt lựu (2,5 cm / 1 inch)

2 quả cà chua lớn, xắt nhỏ

1 củ hành tím nhỏ, thái lát

1 tép tỏi nghiền

1/4 muỗng cà phê oregano khô

1/4 muỗng cà phê húng tây khô

1 lá nguyệt quế

1-3 ớt jalapeños trong escabeche hoặc ớt cay vừa khác, thái nhỏ

1 muỗng canh nước ớt trong muỗng

muối và hạt tiêu đen mới xay, để nếm

225-350 g / 8-12 oz gạo, nấu chín, nóng

Nấu Chorizo Mexico trong chảo vừa được bôi mỡ nhẹ trên lửa vừa cho đến khi vàng, dùng nĩa nghiền nát. Kết hợp chorizo Mexico và các thành phần còn lại, trừ muối, hạt tiêu và gạo, trong nồi nấu chậm. Đậy nắp và nấu ở nhiệt độ cao trong 4 đến 5 giờ. Bỏ lá nguyệt quế. Nêm nếm với muối và hạt tiêu. Phục vụ trên cơm.

Heo và chorizo tacos

Bạn có thể gói hỗn hợp trong bánh bột mì mềm đã được làm ấm thay vì bánh tét.

Phục vụ từ 6 đến

chorizo mexico
225 g / 8 oz thăn heo đã lọc xương, thái hạt lựu (2,5 cm / 1 inch)
2 quả cà chua lớn, xắt nhỏ
1 củ hành tím nhỏ, thái lát
1 tép tỏi nghiền
1/4 muỗng cà phê oregano khô
1/4 muỗng cà phê húng tây khô
1 lá nguyệt quế
1-3 ớt jalapeños trong escabeche hoặc ớt cay vừa khác, thái nhỏ
1 muỗng canh nước ớt trong muỗng
muối và hạt tiêu đen mới xay, để nếm
1 muỗng canh bột ngô
2 muỗng canh nước
15 g / 1/2 oz rau mùi tươi xắt nhỏ
6 đến 8 vỏ cho tacos
kem chua

rau xà lách bào

Nấu Chorizo Mexico trong chảo vừa được bôi mỡ nhẹ trên lửa vừa cho đến khi vàng, dùng nĩa nghiền nát. Kết hợp chorizo Mexico và các thành phần còn lại, ngoại trừ muối, hạt tiêu, bột ngô, nước, rau mùi, bánh tét, kem chua và rau diếp, trong nồi nấu chậm. Đậy nắp và nấu ở nhiệt độ cao trong 4 đến 5 giờ. Khi kết thúc thời gian nấu, loại bỏ lá nguyệt quế và nêm muối và hạt tiêu cho vừa ăn. Bật lửa lên Cao và nấu trong 10 phút. Thêm bột ngô và nước kết hợp, khuấy trong 2-3 phút. Thêm rau mùi. Phục vụ trong bánh tacos nóng, giòn, phủ kem chua và rau diếp thái nhỏ.

Thịt lợn với khoai tây và bắp cải

Phục vụ món thịt lợn đậm đà này với mì hoặc cơm.

cho 4 người

450 g / 1 lb thăn lợn nạc đã lọc xương

Cà chua đóng hộp 400 g/14 oz

225 g / 8 oz nước sốt cà chua đã chuẩn bị

225 g / 8 oz bắp cải, thái lát mỏng

350 g / 12 oz khoai tây, gọt vỏ và cắt khối vuông

1 củ hành lớn, thái nhỏ

2 tép tỏi đập giập

1 muỗng canh đường nâu

2 muỗng cà phê giấm balsamic

2 muỗng cà phê cỏ xạ hương khô

1 lá nguyệt quế

muối và hạt tiêu đen mới xay, để nếm

Kết hợp tất cả các thành phần, trừ muối và hạt tiêu, trong nồi nấu chậm. Đậy nắp và nấu ở nhiệt độ thấp trong 6 đến 8 giờ. Bỏ lá nguyệt quế. Nêm nếm với muối và hạt tiêu.

Thịt lợn và dưa cải bắp

Món thịt hầm lấy cảm hứng từ Đức này được phục vụ tốt nhất trong những chiếc bát nông với vụn bánh mì lúa mạch đen giòn để ăn kèm.

cho 4 người

450 g / 1 lb thăn lợn nạc thái hạt lựu (2 cm / 3⁄4 in)
400 g/hộp 14 oz cà chua xắt nhỏ
450 g / 1 pound dưa cải bắp, để ráo nước
350 g / 12 oz khoai tây sáp, thái lát mỏng
1 củ hành lớn, thái nhỏ
1 muỗng cà phê hạt thì là
120ml kem chua
1 muỗng canh bột ngô
muối và hạt tiêu đen mới xay, để nếm

Kết hợp tất cả các thành phần, ngoại trừ kem chua, bột ngô, muối và hạt tiêu, trong nồi nấu chậm. Đậy nắp và nấu ở nhiệt độ thấp trong 6 đến 8 giờ. Thêm kem chua và bột ngô kết hợp, khuấy trong 2 đến 3 phút. Nêm nếm với muối và hạt tiêu.

Thịt lợn Phần Lan với củ cải đường và mì

Món ăn Scandinavia này đầy màu sắc và ngon miệng.

cho 4 người

450 g / 1 lb thăn lợn nạc thái hạt lựu (5 cm / 2 inch)

250 ml / 8 fl oz nước dùng res

3 muỗng canh giấm táo

2 củ hành tây xắt nhỏ

1 1/2 muỗng cà phê cải ngựa cay cho kem

1/2 muỗng cà phê cỏ xạ hương khô

450 g / 1 pound củ cải đường nấu chín, thái hạt lựu

2 muỗng canh bột ngô

50 ml / 2 oz nước lạnh

muối và hạt tiêu đen mới xay, để nếm

225 g / 8 oz mỳ trứng, nấu chín, còn ấm

Kết hợp tất cả các thành phần, ngoại trừ củ cải đường, bột ngô, nước, muối, hạt tiêu và mì, trong nồi nấu chậm. Đậy nắp và nấu ở nhiệt độ thấp trong 6 đến 8 giờ. Thêm khối củ cải đường, tăng nhiệt lên Cao và nấu trong 10 phút. Thêm bột ngô và nước kết hợp, khuấy trong 2-3 phút. Nêm nếm với muối và hạt tiêu. Phục vụ trên mì.

Lợn đến Đức

Phục vụ món ăn này trên mì hoặc với những lát bánh mì lúa mạch đen dày.

cho 4 người

450 g / 1 lb thăn heo đã lọc xương, thái hạt lựu (2,5 cm / 1 inch)
250 ml rượu táo
2 củ hành tây xắt nhỏ
150 g / 5 oz củ cải, thái hạt lựu
275 g / 10 oz dưa cải bắp, để ráo nước
350 g / 12 oz khoai tây, gọt vỏ và thái lát mỏng
2 lá nguyệt quế
1 1/2 muỗng canh đường nâu
2 quả táo vừa, gọt vỏ và thái lát
50 g / 2 oz đậu Hà Lan đông lạnh, rã đông
muối và hạt tiêu đen mới xay, để nếm

Kết hợp tất cả các thành phần, ngoại trừ táo, đậu Hà Lan, muối và hạt tiêu, trong nồi nấu chậm. Đậy nắp và nấu ở nhiệt độ thấp trong 6 đến 8 giờ, thêm táo và đậu Hà Lan trong 30 phút cuối cùng. Vứt bỏ lá nguyệt quế. Nêm nếm với muối và hạt tiêu.

Ham với đậu Hà Lan và đậu xanh

Phục vụ món giăm bông, các loại đậu và quimbombó này với bánh mì ngô với ớt nướng.

Vì

12-450 g / 1 pound giăm bông nướng, hình khối
Cà chua đóng hộp 400 g/14 oz
400 g / lon đậu xanh 14 oz, để ráo nước và rửa sạch
400 g / hộp 14 oz đậu mắt đen, để ráo nước và rửa sạch
1 củ hành tây xắt nhỏ
2 tép tỏi đập giập
1 muỗng cà phê kinh giới khô
1 muỗng cà phê cỏ xạ hương khô
1/4 muỗng cà phê sốt tabasco
275 g / 10 oz rau bina đông lạnh, rã đông và để ráo nước
225 g / 8 oz đậu bắp, tỉa và thái hạt lựu
muối và hạt tiêu đen mới xay, để nếm

Kết hợp tất cả các thành phần, ngoại trừ rau bina, đậu bắp, muối và hạt tiêu, trong nồi nấu chậm. Đậy nắp và nấu ở nhiệt độ cao trong 4-5 giờ, thêm rau bina và đậu bắp trong 30 phút cuối cùng. Nêm nếm với muối và hạt tiêu.

Thịt nguội và ớt với Polenta

Phương pháp nấu Polenta bằng lò vi sóng giúp loại bỏ việc khuấy liên tục cần thiết khi chuẩn bị Polenta trên mặt bàn. Bạn cũng có thể làm điều đó trong nồi nấu chậm.

cho 4 người

225 g / 8 oz giăm bông bít tết, cắt khối
400 g/hộp 14 oz cà chua xắt nhỏ
1/2 ớt xanh xắt nhỏ
1/2 ớt đỏ xắt nhỏ
1/2 ớt vàng xắt nhỏ
1 củ hành tây xắt nhỏ
1 tép tỏi nghiền
1 lá nguyệt quế
1-1 1/2 muỗng cà phê gia vị thảo mộc khô của Ý
muối và hạt tiêu đen mới xay, để nếm
Polenta lò vi sóng
2 muỗng canh phô mai parmesan mới bào

Kết hợp tất cả các thành phần, ngoại trừ muối, hạt tiêu, Polenta có thể nấu bằng lò vi sóng và phô mai Parmesan, trong nồi nấu chậm. Đậy nắp và nấu ở nhiệt độ cao trong 4 đến 5 giờ. Bỏ lá nguyệt quế. Nêm nếm với muối và hạt tiêu. Phục vụ trên Polenta lò vi sóng và rắc phô mai parmesan.

Xúc xích hun khói với đậu

Phục vụ món thịt hầm mùa đông phong phú này với mì hoặc cơm, với bánh mì whey ấm.

cho 8 phần ăn

450 g/1 lb xúc xích hun khói, thái lát (2 cm/3⁄4 in)

2 hộp đậu đỏ 400 g / 14 oz, để ráo nước và rửa sạch

400 g / lon đậu cannellini 14 oz, để ráo nước và rửa sạch

2 lon cà chua xắt nhỏ 400 g / 14 oz

120 ml / 4 fl oz nước

3 củ hành tây xắt nhỏ

1⁄2 ớt xanh xắt nhỏ

2 tép tỏi đập giập

1⁄2 muỗng cà phê cỏ xạ hương khô

1⁄2 muỗng cà phê cây xô thơm

1 lá nguyệt quế

muối và hạt tiêu đen mới xay, để nếm

Kết hợp tất cả các thành phần, ngoại trừ muối và hạt tiêu, trong nồi nấu chậm 5,5 lít / 91/2 pint. Đậy nắp và nấu ở nhiệt độ cao trong 4 đến 5 giờ. Bỏ lá nguyệt quế. Nêm nếm với muối và hạt tiêu.

Bí ngô với xúc xích hun khói

Xúc xích hun khói làm tăng thêm hương vị tuyệt vời cho món thịt hầm dày và giàu rau củ này.

cho 4 người

225 g/8 oz xúc xích hun khói, thái lát (2 cm/3⁄4 in)
Cà chua đóng hộp 400 g/14 oz
120 ml / 4 fl oz nước dùng res
700 g / 1 1⁄2 lb quả bơ hoặc bí mùa đông khác, đã gọt vỏ, bỏ hạt và thái hạt lựu (2 cm / 3⁄4 in)
1 củ hành tây, thái nhỏ
100 g / 4 oz đậu Hà Lan đông lạnh, rã đông
muối và hạt tiêu đen mới xay, để nếm
175 g / 6 oz gạo nguyên hạt, nấu chín, nóng (tùy chọn)

Kết hợp tất cả các thành phần, ngoại trừ đậu Hà Lan, muối, hạt tiêu và gạo, trong nồi nấu chậm. Đậy nắp và nấu ở nhiệt độ cao trong 4-6 giờ, thêm đậu Hà Lan trong 20 phút cuối cùng. Nêm nếm với muối và hạt tiêu. Phục vụ trên gạo nguyên cám, nếu muốn.

Risotto xúc xích Ý và rau củ

Bạn có thể sử dụng xúc xích không thịt để biến món cơm risotto thân thiện với người ăn chay này.

cho 4 người

750 ml / 1 1⁄4 panh nước luộc rau

1 củ hành tây băm nhỏ

3 tép tỏi đập giập

75 g / 3 oz nấm mỡ hoặc nâu, thái lát

1 muỗng cà phê hương thảo khô

1 muỗng cà phê cỏ xạ hương khô

350 g / 12 oz gạo arborio

175 g / 6 oz bí ngô, thái hạt lựu

100 g / 4 oz xúc xích Ý nấu chín

25 g/1 oz phô mai Parmesan mới bào

muối và hạt tiêu đen mới xay, để nếm

Đun sôi nước dùng trong một cái nồi nhỏ. Đổ vào nồi slow cooker. Thêm phần còn lại của các thành phần, ngoại trừ phô mai parmesan, muối và hạt tiêu. Đậy nắp và nấu ở nhiệt độ cao cho đến khi gạo chín và nước gần như ngấm hết, khoảng 1 1/4 giờ (quan sát cẩn thận để gạo không bị chín quá). Thêm phô mai. Nêm nếm với muối và hạt tiêu.

lasagna xúc xích

Khi lấy lasagne ra khỏi nồi nấu chậm, bạn có thể thấy rằng nó hơi lõm xuống ở giữa. Nó sẽ trở nên đồng đều hơn khi nó nguội đi.

Vì

700 g / 1 1/2 lb nước sốt cho sốt cà chua và húng quế đã chuẩn bị
8 tờ lasagna mà không cần nấu trước
550 g / 1 1/4 lb phô mai ricotta
275 g/10 oz phô mai mozzarella cắt nhỏ
25 g/1 oz nấm thái lát áp chảo
25 g / 1 oz xúc xích Ý nấu chín và vụn
1 quả trứng
1 muỗng cà phê húng quế khô
25 g/1 oz phô mai Parmesan mới bào

Phết 75 g / 3 oz nước sốt lên đế khuôn ổ bánh mì 23 x 13 cm / 9 x 5. Phủ 1 tấm lasagna và 75 g / 3 oz phô mai ricotta và 40 g / 1 1/2 oz phô mai mozzarella... . Sau đó thêm một nửa số nấm và một nửa xúc xích. Lặp lại các lớp, hoàn thiện với 75 g / 3 oz nước sốt trên cùng. Rắc phô mai parmesan. Đặt lon lên vỉ trong nồi nấu chậm 5,5 lít / 9 1/2 pint. Đậy nắp và nấu ở nhiệt độ thấp trong 4 giờ. Lấy hộp thiếc ra và để nguội trên vỉ trong 10 phút.

thịt cừu hầm Ailen

Món hầm được tẩm gia vị đơn giản này là một bữa ăn được chào đón vào những đêm mùa đông lạnh giá.

Vì

700 g / 1 1⁄2 lb thịt cừu nạc, thái hạt lựu
450 ml / 3⁄4 lít nước dùng gà
2 củ hành tây thái lát
6 củ khoai tây, chia làm tư
6 củ cà rốt, thái lát dày
1⁄2 muỗng cà phê cỏ xạ hương khô
1 lá nguyệt quế
50 g / 2 oz đậu Hà Lan đông lạnh, rã đông
2 muỗng canh bột ngô
50 ml / 2 oz nước lạnh
1-1 1⁄2 thìa cà phê sốt Worrouershire
muối và hạt tiêu đen mới xay, để nếm

Kết hợp tất cả các thành phần, ngoại trừ đậu Hà Lan, bột ngô, nước, nước sốt kiểu Anh, muối và hạt tiêu, trong nồi nấu chậm. Đậy nắp và nấu ở nhiệt độ thấp trong 6 đến 8 giờ.

Thêm đậu Hà Lan, tăng nhiệt lên Cao và nấu trong 10 phút. Thêm bột ngô và nước kết hợp, khuấy trong 2-3 phút. Bỏ lá nguyệt quế. Nêm nếm với nước sốt Worrouershire, muối và hạt tiêu.

Thịt cừu hương thảo với khoai lang

Sự kết hợp giữa hương thảo và thịt cừu rất cổ điển, đặc biệt và ngon miệng.

cho 4 người

Pallet thịt cừu thái hạt lựu 450 g / 1 lb (2 cm / 3⁄4 in)

375 ml / 13 fl oz nước dùng tái

450 g / 1 lb khoai tây, gọt vỏ và thái hạt lựu (2 cm / 3⁄4 in)

200 g / 7 oz khoai tây chiên, cắt thành miếng ngắn

1 củ hành tây lớn, cắt thành gajos mỏng

1 muỗng cà phê hương thảo khô

2 lá nguyệt quế

1-2 muỗng canh bột ngô

50 ml / 2 oz nước lạnh

muối và hạt tiêu đen mới xay, để nếm

Kết hợp tất cả các thành phần, ngoại trừ bột ngô, nước, muối và hạt tiêu, trong nồi nấu chậm. Đậy nắp và nấu ở nhiệt độ thấp trong 6 đến 8 giờ. Bật lửa lên Cao và nấu trong 10 phút.

Thêm bột ngô và nước kết hợp, khuấy trong 2-3 phút. Vứt bỏ lá nguyệt quế. Nêm nếm với muối và hạt tiêu.

Thịt cừu với đậu trắng và Chorizo

Đậu khô nấu chín hoàn hảo trong nồi nấu chậm, không cần ngâm hay nấu trước!

Vì

Pallet thịt cừu thái hạt lựu, không xương 450 g / 1 lb (2,5 cm / 1 inch)

225 g / 8 oz allubias, quế hoặc đậu khô

450 ml / 3⁄4 lít nước dùng gà

120 ml rượu trắng khô hoặc thêm nước luộc gà

225 g/8 oz xúc xích hun khói, thái lát (2,5 cm/1 inch)

2 củ hành tây xắt nhỏ

3 củ cà rốt, thái lát dày

1 tép tỏi nghiền

3⁄4 muỗng cà phê hương thảo khô

3⁄4 muỗng cà phê oregano khô

1 lá nguyệt quế

400 g/hộp 14 oz cà chua xắt nhỏ

muối và hạt tiêu đen mới xay

Kết hợp tất cả các thành phần, ngoại trừ cà chua, muối và hạt tiêu, trong nồi nấu chậm 5,5 lít / 9 1/2 pint. Đậy nắp và nấu trên lửa nhỏ cho đến khi đậu mềm, khoảng 7 đến 8 giờ, thêm cà chua trong 30 phút cuối cùng. Bỏ lá nguyệt quế. Nêm nếm với muối và hạt tiêu.

Chân cừu với đậu lăng

Thưởng thức sự kết hợp phong phú và hương vị này.

Vì

900 g / 2 lb thịt cừu nạc
375 ml / 13 fl oz nước dùng gà
400 g/hộp 14 oz cà chua xắt nhỏ
75 g / 3 oz đậu lăng nâu khô
1 củ cà rốt thái lát
1/2 ớt xanh xắt nhỏ
4 củ hành tây xắt nhỏ
2 tép tỏi đập giập
2 lá nguyệt quế
2 muỗng cà phê cỏ xạ hương khô
1/4 muỗng cà phê bột quế
1/4 thìa cà phê đinh hương xay
muối và hạt tiêu đen mới xay
65 g / 2 1/2 oz gạo nguyên hạt, nấu chín, nóng

Kết hợp tất cả các thành phần, ngoại trừ muối, hạt tiêu và gạo, trong nồi nấu chậm 5,5 lít / 9 1/2 pint. Đậy nắp và nấu ở nhiệt độ thấp trong 6 đến 8 giờ. Vứt bỏ lá nguyệt quế. Loại bỏ đùi cừu. Loại bỏ thịt nạc và cắt thành khối nhỏ. Cho thịt trở lại nồi nấu chậm và nêm muối và hạt tiêu cho vừa ăn. Phục vụ trên cơm.

Thịt cừu với Chiles

Món ăn này cũng có thể được chuẩn bị với 1 hoặc 2 quả ớt xanh tươi, nếu bạn thích. Nó cũng được thực hiện tốt với món bít tết hầm và nước dùng tái.

cho 4 người

Pallet thịt cừu thái hạt lựu 450 g / 1 lb (2 cm / 3⁄4 in)

2 lon cà chua xắt nhỏ 400 g / 14 oz

120 ml nước luộc gà

100 g / 4 oz ớt xanh nhẹ từ một cái lọ, hoặc để nếm, xắt nhỏ

175 g / 6 oz khoai tây, thái hạt lựu

175 g / 6 oz bí xanh hoặc vàng thái hạt lựu, hoặc bí xanh

2 củ hành tây thái lát

50 g / 2 oz ngô ngọt, rã đông nếu đông lạnh

1 ớt jalapeño nhỏ hoặc một loại ớt cay vừa khác, thái nhỏ

4 tép tỏi nghiền

1 1⁄2 muỗng cà phê gia vị thảo mộc khô của Ý

2 muỗng canh bột ngô

50 ml / 2 oz nước lạnh

muối và hạt tiêu đen mới xay

Kết hợp tất cả các thành phần, ngoại trừ bột ngô, nước, muối và hạt tiêu, trong nồi nấu chậm. Đậy nắp và nấu ở nhiệt độ thấp trong 6 đến 8 giờ. Bật lửa lên Cao và nấu trong 10 phút. Thêm bột ngô và nước kết hợp, khuấy trong 2-3 phút. Nêm nếm với muối và hạt tiêu.

thịt cừu Ma-rốc

Nho khô, hạnh nhân và trứng luộc chín mang đến cho món ăn này một màu sắc.

cho 8 phần ăn

900 g / 2 lb đùi cừu nạc, rút xương, thái hạt lựu (2 cm / 3⁄4 in)
250 ml / 8 fl oz nước dùng gà
3 củ hành tây xắt nhỏ
275 g / 10 oz cà chua, xắt nhỏ
2 tép tỏi lớn, nghiền nát
2 cm / 3⁄4 miếng gừng tươi, bào mịn
1⁄2 muỗng cà phê bột quế
1⁄4 muỗng cà phê bột nghệ
1 lá nguyệt quế
50 g / 2 oz nho khô
muối và hạt tiêu đen mới xay
25 g / 1 oz hạnh nhân nguyên hạt nướng
2 quả trứng luộc chín, đánh tan
rau mùi tươi xắt nhỏ, để trang trí
275 g / 10 oz couscous hoặc cơm, nấu chín, nóng

Kết hợp tất cả các thành phần, ngoại trừ nho khô, muối, hạt tiêu, hạnh nhân, trứng, ngò tươi và couscous, trong nồi nấu chậm 5,5 lít / 91/2 pint. Đậy nắp và nấu ở nhiệt độ thấp trong 6 đến 8 giờ, thêm nho khô trong 30 phút cuối cùng. Bỏ lá nguyệt quế, nêm muối và hạt tiêu cho vừa ăn. Đặt soong lên đĩa phục vụ và rắc hạnh nhân, trứng luộc chín và rau mùi tươi. Phục vụ trên couscous hoặc cơm.

Thịt cừu và củ cải với ngò

Hương vị rượu vang đỏ, cây xô thơm tươi và rau mùi, phục vụ trên cơm trắng hoặc cơm nguyên cám.

cho 4 người

Pallet thịt cừu thái hạt lựu 450 g / 1 lb (2,5 cm / 1 inch)
250 ml / 8 fl oz nước ép cà chua
120 ml / 4 fl oz rượu vang đỏ khô
350 g / 12 oz khoai tây, hình khối
275 g / 10 oz củ cải, thái hạt lựu
1 củ hành tây xắt nhỏ
3 tép tỏi lớn, nghiền nát
1 muỗng canh cây xô thơm tươi hoặc 1 muỗng cà phê cây xô thơm khô
muối và hạt tiêu đen mới xay
25 g / 1 oz rau mùi tươi, xắt nhỏ

Kết hợp tất cả các thành phần, ngoại trừ muối, hạt tiêu và rau mùi tươi, trong nồi nấu chậm. Đậy nắp và nấu ở nhiệt độ thấp trong 6 đến 8 giờ. Nêm nếm với muối và hạt tiêu. Thêm rau mùi tươi.

Tajine thịt cừu và rau

Thưởng thức hương vị thơm ngon của ẩm thực Maroc. Phục vụ với bánh mì pita ấm.

Vì

450 g / 1 lb thịt cừu hoặc thịt bê nạc, thái hạt lựu
2 lon cà chua xắt nhỏ 400 g / 14 oz
400 g / lon đậu xanh 14 oz, để ráo nước và rửa sạch
200 g / 7 oz khoai tây chiên, cắt đôi
175 g / 6 oz bí ngô, xắt nhỏ
150 g / 5 oz củ cải, xắt nhỏ
1 củ hành tây xắt nhỏ
1 nhánh cần tây, thái lát
1 củ cà rốt thái lát
1 cm / 1/2 củ gừng tươi, bào mịn
1 tép tỏi nghiền
1 nhánh quế
2 thìa cà phê ớt bột
2 muỗng cà phê thì là
2 muỗng cà phê rau mùi xay
175 g / 6 oz mận nho khô, không xương
40 g / 1 1/2 oz ô liu đen không xương nhỏ
muối và hạt tiêu đen mới xay

250 g / 9 oz couscous, đã nấu chín, còn ấm

Kết hợp tất cả các thành phần, ngoại trừ mận nho khô, ô liu, muối, hạt tiêu và rượu hầm, trong nồi nấu chậm 5,5 lít / 9 1/2 pint. Đậy nắp và nấu ở nhiệt độ thấp trong 6 đến 8 giờ, thêm nho khô mận và ô liu trong 30 phút cuối cùng. Nêm nếm với muối và hạt tiêu. Phục vụ trên couscous.

Thịt cừu của Marrakech

Ba lon 400 g / 14 oz đậu xanh hoặc đậu cannellini có thể được thay thế cho đậu khô, nếu muốn.

cho 8 phần ăn

900 g / 2 lb đùi cừu nạc, rút xương, thái hạt lựu (2,5 cm / 1 inch)
750 ml / 1 1⁄4 lít nước dùng gà
100 g / 4 oz đậu xanh khô hoặc đậu cannellini
100 g / 4 oz portabella hoặc nấm mũ nâu, cắt thành khối lớn
1 củ cà rốt thái lát
1 củ hành tây thái lát
3 tép tỏi lớn, nghiền nát
1 muỗng cà phê thì là
1 muỗng cà phê cỏ xạ hương khô
2 lá nguyệt quế
1 quả ớt đỏ rang lớn từ một cái lọ, thái lát
225 g / 8 oz lá rau bina mềm
120 ml / 4 fl oz rượu trắng khô
2 muỗng canh bột ngô
muối và hạt tiêu đen mới xay, để nếm
275 g / 10 oz couscous hoặc cơm, nấu chín, nóng

Kết hợp tất cả các thành phần, ngoại trừ ớt nướng, rau bina, rượu, bột ngô, muối, hạt tiêu và couscous, trong nồi nấu chậm 5,5 lít / 9 1/2 pint. Đậy nắp và nấu ở nhiệt độ thấp cho đến khi đậu mềm, khoảng 7 đến 8 giờ. Thêm ớt nướng và rau bina, tăng nhiệt và nấu trong 10 phút. Thêm rượu và bột ngô kết hợp, khuấy cho đến khi đặc lại, 2-3 phút. Vứt bỏ lá nguyệt quế. Nêm nếm với muối và hạt tiêu. Phục vụ trên couscous hoặc cơm.

Biriani thịt cừu

Món cơm và thịt truyền thống của Ấn Độ này cũng có thể được chế biến với thịt gà hoặc thịt bê.

cho 4 người

450 g / 1 lb thịt cừu nạc đã lọc xương, thái hạt lựu (2 cm / 3⁄4 in)

250 ml / 8 fl oz nước dùng gà

4 củ hành tây xắt nhỏ

1 tép tỏi nghiền

1 muỗng cà phê rau mùi

1 muỗng cà phê gừng xay

1⁄2 muỗng cà phê ớt bột

1⁄4 muỗng cà phê bột quế

1⁄4 thìa cà phê đinh hương xay

175 ml / 6 fl oz sữa chua tự nhiên

1 muỗng canh bột ngô

muối và hạt tiêu đen mới xay, để nếm

175 g / 6 oz gạo basmati hoặc gạo thơm, nấu chín, nóng

Kết hợp tất cả các thành phần, ngoại trừ sữa chua, maison, muối, hạt tiêu và gạo, trong nồi nấu chậm. Đậy nắp và nấu ở nhiệt độ thấp trong 6 đến 8 giờ. Thêm sữa chua và bột ngô kết hợp, khuấy trong 2 đến 3 phút. Nêm nếm với muối và hạt tiêu. Phục vụ trên cơm.

hai thịt hầm

Sự kết hợp của hạt caraway và thì là làm tăng hương vị ớt bột truyền thống trong món gulash đặc biệt này.

cho 8 phần ăn

450 g / 1 lb bít tết pejerrey nạc hoặc om, thái hạt lựu (2 cm / 3⁄4 in)

450 g / 1 lb thịt thăn nạc, thái hạt lựu (2 cm / 3⁄4 in)

120 ml / 4 fl oz nước dùng res

400 g/hộp 14 oz cà chua xắt nhỏ

2 muỗng canh cà chua xay nhuyễn

100 g / 4 oz nấm nhỏ, cắt làm đôi

3 củ hành tây xắt nhỏ

2 tép tỏi đập giập

2 muỗng canh ớt bột

1⁄2 muỗng cà phê hạt caraway nghiền nát

1⁄2 muỗng cà phê hạt thì là nghiền nát

2 lá nguyệt quế

120ml kem chua

2 muỗng canh bột ngô

muối và hạt tiêu đen mới xay, để nếm

450 g/1 lb mỳ, nấu chín, nóng

Kết hợp tất cả các thành phần, ngoại trừ kem chua, bột ngô, muối, hạt tiêu và mì, trong nồi nấu chậm. Đậy nắp và nấu ở nhiệt độ thấp trong 6 đến 8 giờ. Thêm kem chua và bột ngô kết hợp, khuấy trong 2 đến 3 phút. Vứt bỏ lá nguyệt quế. Nêm nếm với muối và hạt tiêu. Phục vụ trên mì.

Heo và gà với nấm kép

Chỉ cần một ít nấm đông cô đã tạo thêm hương vị thơm ngon và đặc trưng làm tăng thêm món thịt hầm thịt lợn, thịt gà và nấm mũ nâu.

Vì

120 ml / 4 fl oz nước sôi

3 cái nấm đông cô khô

350 g / 12 oz thăn lợn đã lọc xương, thái hạt lựu (2 cm / 3⁄4 in)

350 g / 12 oz phi lê ức gà, thái hạt lựu (2 cm / 3⁄4 in)

120 ml / 4 fl oz rượu trắng khô

120 ml nước luộc gà

100 g / 4 oz nấm mũ nhỏ màu nâu hoặc nấm nút trắng, cắt làm đôi

2 củ hành tây xắt nhỏ

1⁄2 muỗng cà phê hạt thì là, nghiền nhẹ

muối và hạt tiêu đen mới xay, để nếm

225 g / 8 oz gạo nguyên hạt hoặc gạo trắng, nấu chín, nóng

Đổ nước sôi lên nấm khô trong một cái bát nhỏ. Để yên cho đến khi nấm mềm, khoảng 5 đến 10 phút. Xả, dự trữ chất lỏng. Lọc chất lỏng. Cắt nấm thành dải mỏng, loại bỏ phần trung tâm cứng.

Kết hợp nấm khô và chất lỏng dự trữ và phần còn lại của các thành phần, ngoại trừ muối, hạt tiêu và gạo, trong nồi nấu chậm. Đậy nắp và nấu ở nhiệt độ thấp trong 6 đến 8 giờ. Nêm nếm với muối và hạt tiêu. Phục vụ trên cơm.

Ragú của Karelia

Hạt tiêu Jamaica nhẹ nhàng nêm gia vị, thịt lợn và thịt cừu trong món ăn Phần Lan này. Phục vụ trên cơm hoặc mì, nếu muốn.

cho 12 người

450 g / 1 lb pejerrey hoặc bít tết om, thái hạt lựu (2,5 cm / 1 inch)
450 g / 1 lb thịt cừu nạc, thái hạt lựu (2,5 cm / 1 inch)
450 g / 1 lb thăn lợn, thái hạt lựu (2,5 cm / 1 inch)
450 ml / 3⁄4 panh nước dùng res
4 củ hành tây, thái lát mỏng
1⁄2 muỗng cà phê tiêu Jamaica xay
2 lá nguyệt quế
muối và hạt tiêu đen mới xay, để nếm
15 g / 1⁄2 oz mùi tây, thái nhỏ

Kết hợp tất cả các thành phần, ngoại trừ muối, hạt tiêu và rau mùi tây, trong nồi nấu chậm 5,5 lít / 9 1/2 pint. Đậy nắp và nấu ở nhiệt độ thấp trong 6 đến 8 giờ. Vứt bỏ lá nguyệt quế. Nêm nếm với muối và hạt tiêu và thêm rau mùi tây.

Thịt cừu và thịt bê với rượu cognac

Hương vị của hai loại thịt, rượu vang và cognac hòa quyện độc đáo trong món ăn tao nhã này.

Vì

450 g / 1 lb bít tết pejerrey hoặc món hầm, thái hạt lựu (2 cm / 3⁄4 in)

450 g / 1 lb đùi cừu, thái hạt lựu (2 cm / 3⁄4 in)

120 ml / 4 fl oz nước dùng res

120 ml / 4 fl oz rượu vang trắng khô hoặc nước dùng res

3 muỗng canh rượu cognac

450 g/1 lb cà rốt nhỏ

1⁄2 muỗng cà phê bột quế

1⁄4 muỗng cà phê macis xay

225 g / 8 oz hành tây hoặc hẹ tây mềm

350 g / 12 oz bông cải xanh nhỏ

muối và hạt tiêu đen mới xay, để nếm

Kết hợp tất cả các thành phần, ngoại trừ hẹ hoặc hẹ tây, bông cải xanh, muối và hạt tiêu, trong nồi nấu chậm. Đậy nắp và nấu từ 6 đến 8 giờ, thêm hành tây mềm trong 2 giờ qua và bông cải xanh trong 30 phút cuối cùng. Nêm nếm với muối và hạt tiêu.

Hầm res, thịt lợn và thịt gà

Nước ép pha trộn của ba loại thịt, có hương vị của thì là và thì là, và được ngâm trong nước sốt kem cà chua, tạo ra một hương vị lạ thường.

cho 8 phần ăn

350 g / 12 oz pejerrey hoặc bít tết om, thái hạt lựu (2 cm / 3⁄4 in)
350 g / 12 oz thịt thăn, thái hạt lựu (2 cm / 3⁄4 in)
350 g / 12 oz phi lê ức gà, thái hạt lựu (2 cm / 3⁄4 in)
250 ml / 8 fl oz nước dùng res
50 ml / 2 fl oz cà chua xay nhuyễn
3 quả cà chua lớn, xắt thành khối lớn
225 g / 8 oz nấm, thái lát
4 hẹ, thái lát mỏng
1 củ hành tây xắt nhỏ
1 muỗng canh ớt bột
3⁄4 muỗng cà phê hạt thì là, nghiền nát
1⁄2 muỗng cà phê thì là khô
175 ml / 6 fl oz kem chua
3 muỗng canh bột ngô
muối và hạt tiêu đen mới xay, để nếm
450 g/1 lb mỳ, nấu chín, nóng

Kết hợp tất cả các thành phần, ngoại trừ kem chua, bột ngô, muối, hạt tiêu và mì, trong nồi nấu chậm 5,5 lít / 9 1/2 pint. Đậy nắp và nấu ở nhiệt độ thấp trong 6 đến 8 giờ. Thêm hỗn hợp kem chua và bột ngô, khuấy cho đến khi đặc lại, 2-3 phút. Nêm nếm với muối và hạt tiêu. Phục vụ trên mì.

Cơm Ý gà

Sẽ cần sử dụng phô mai Asiago chín để bào sợi. Nó rất giống với pho mát Parmesan và Roman, bạn có thể sử dụng một trong hai loại pho mát này nếu nó phù hợp với bạn nhất.

cho 4 người

750 ml / 1 1/4 panh nước luộc rau

1 củ hành tây băm nhỏ

3 tép tỏi đập giập

1 quả cà chua xắt nhỏ

350 g / 12 oz gạo arborio

1 muỗng cà phê kinh giới khô

200 g / 7 oz ức gà nấu chín thái hạt lựu

225 g / 8 oz petits pois đông lạnh, rã đông

50 g / 2 oz phô mai Asiago mới bào

muối và hạt tiêu đen mới xay, để nếm

Đun sôi nước dùng trong một cái nồi nhỏ. Đổ vào nồi slow cooker. Thêm các nguyên liệu còn lại, trừ thịt gà, đậu Hà Lan, phô mai Asiago, muối và hạt tiêu. Đậy nắp và nấu ở nhiệt độ cao cho đến khi gạo chín và nước gần hết, khoảng 1 1/4 giờ, thêm thịt gà và đậu Hà Lan trong 15 phút cuối (quan sát kỹ để gạo không bị chín quá). Thêm phô mai. Nêm nếm với muối và hạt tiêu.

Gà nướng với nam việt quất và sốt cam

Việc sử dụng nhiệt kế thịt đảm bảo thịt gà được nấu chín kỹ và mềm để cắt hoàn hảo. Công thức gia vị nam việt quất và cam tạo nên một món ăn tuyệt vời.

Vì

1 con gà nguyên con, khoảng

pimenton

muối và hạt tiêu đen mới xay, để nếm

120 ml nước luộc gà

1/4 lượng gia vị nam việt quất và cam

Làm tay cầm bằng nhôm và sắp xếp chúng vào nồi nấu chậm. Rắc nhẹ gà với ớt bột, muối và hạt tiêu. Cắm nhiệt kế thịt sao cho đầu nhiệt kế nằm ở phần dày nhất của đùi trong mà không chạm vào xương. Cho gà vào nồi nấu chậm. Thêm nước dùng. Đậy nắp và nấu ở nhiệt độ thấp cho đến khi nhiệt kế ghi 80oC, 4-5 giờ. Lấy gà ra bằng tay cầm giấy bạc. Đặt trong đài phun nước để phục vụ và đậy lỏng lẻo bằng giấy nhôm. Dự trữ nước dùng cho súp hoặc sử dụng khác. Dọn gà với gia vị nam việt quất và cam.

Nước sốt nam việt quất và cam

Điều này giữ tốt trong tủ lạnh trong vài tuần.

cho 18 phần ăn

5 quả cam lớn

250 ml / 8 fl oz nước

700 g / 1 1/2 lb đường hạt

350 g / 12 oz nam việt quất

50 g / 2 oz quả hạch cắt miếng lớn

Nạo vỏ của 3 quả cam. Sự đặt chỗ. Gọt vỏ cam và cắt thành lát. Kết hợp tất cả các thành phần trong nồi nấu chậm. Đậy nắp và nấu ở nhiệt độ thấp trong 6 đến 7 giờ. Nếu bạn muốn có độ đặc cao hơn, hãy nấu không đậy nắp cho đến khi đặc lại.

khoai tây nghiền thật

Đậm đà và xốp: món khoai tây nghiền mà có lẽ bạn chưa từng nếm thử trước đây!

Vì

900 g / 2 lb khoai tây khô, đã gọt vỏ và nấu chín, còn ấm
75 ml / 2 1/2 fl oz sữa tách béo
75 ml / 2 1/2 fl oz kem chua
2 muỗng canh bơ hoặc bơ thực vật
muối và hạt tiêu đen mới xay, để nếm

Cắt nhỏ khoai tây hoặc đánh cho đến khi mịn, thêm sữa, kem chua và bơ hoặc bơ thực vật. Nêm nếm với muối và hạt tiêu.

Gà nướng với khoai tây nghiền và nước thịt

Tôi ăn kèm món gà ấm và được nấu chín hoàn hảo này với bông cải xanh hấp, cà rốt và khoai tây phủ kem.

Vì

1 con gà nguyên con, khoảng

pimenton

muối và hạt tiêu đen mới xay, để nếm

120 ml / 4 fl oz nước dùng gà hoặc nước

25 g / 1 oz bột thông thường

120 ml / 4 fl oz nước

Khoai tây nghiền thật (xem ở trên)

Làm tay cầm bằng nhôm và sắp xếp chúng vào nồi nấu chậm. Rắc nhẹ gà với ớt bột, muối và hạt tiêu. Cắm nhiệt kế thịt sao cho đầu nhiệt kế nằm ở phần dày nhất của đùi trong mà không chạm vào xương. Cho gà vào nồi nấu chậm. Thêm nước dùng. Đậy nắp và nấu ở nhiệt độ thấp cho đến khi nhiệt kế ghi 80oC, 4-5 giờ. Lấy gà ra bằng tay cầm giấy bạc. Đặt trong đài phun nước để phục vụ và đậy lỏng lẻo bằng giấy nhôm.

Đổ nước dùng vào bình định lượng. Loại bỏ mỡ bằng thìa. Đong 450 ml / 3/4 pint nước dùng vào nồi nhỏ và đun sôi.

Thêm bột và nước đã kết hợp, đánh cho đến khi đặc lại, khoảng 1 phút. Nêm nếm với muối và hạt tiêu. Dọn gà với khoai tây nghiền thật và nước thịt.

Cà ri gà đậu xanh kiểu Thái

Bột cà ri Thái đựng trong hũ là những món bổ sung rất hữu ích cho tủ đựng thức ăn của bạn và biến món này thành một công thức ngon từ Carolyn Humphries.

cho 4 người

một ít hành tây xắt nhỏ đông lạnh, hoặc 1 củ hành tươi hoặc 4 cây hẹ xắt nhỏ

10 ml / 2 muỗng canh bơ mềm

450 g/1 pound thịt gà viên

200 g / 7 oz đậu xanh đông lạnh, cắt thành khúc ngắn

400 g/lon nước cốt dừa 14 oz

45 ml / 3 muỗng canh bột cà ri xanh Thái Lan

5 ml / 1 muỗng cà phê sả từ lọ

1 muỗng canh nước mắm Thái

muối và hạt tiêu đen mới xay

cơm hoặc mì trứng, để phục vụ

một ít hẹ khô, để trang trí

Trộn hành tây với bơ trong nồi nấu chậm. Thêm thịt gà và đậu và lây lan. Trộn nước cốt dừa với bột cà ri, sả và nước mắm. Vierta trên gà và khoai tây chiên. Đậy nắp và nấu ở nhiệt độ cao trong 3 giờ hoặc ở nhiệt độ thấp trong 6 giờ cho đến khi rất mềm. Kiểm tra và mùa lại, nếu cần thiết. Vierta trên cơm hoặc mì trứng và phục vụ rắc một ít hẹ khô.

Ức gà với rau cay

Màu cam, hương thảo và thì là làm nổi bật những miếng ức gà mềm này.

cho 4 người

4 miếng phi lê ức gà không da, mỗi miếng khoảng 175 g / 6 oz
12 củ cà rốt non
8 củ khoai tây sáp nhỏ, cắt làm tư
225 g / 8 oz nấm trắng hoặc nâu, cắt làm tư
3 tép tỏi, thái lát mỏng
1-2 muỗng cà phê vỏ cam
1 muỗng cà phê hạt thì là nghiền
1 muỗng cà phê hương thảo khô
1 lá nguyệt quế
120 ml / 4 fl oz nước dùng gà hoặc nước cam
120 ml rượu trắng khô hoặc thêm nước luộc gà
2 muỗng canh rượu mùi cam (tùy chọn)
1 muỗng canh bột ngô
2 muỗng canh nước
muối và hạt tiêu đen mới xay, để nếm

Cho tất cả nguyên liệu, trừ bột ngô, nước, muối và hạt tiêu vào nồi nấu chậm. Đậy nắp và nấu ở nhiệt độ thấp trong 6 đến 8 giờ.

Dọn thịt gà và rau củ ra đĩa để phục vụ và giữ ấm. Đong 450 ml / 3/4 pint nước dùng vào một cái chảo nhỏ. Thêm hỗn hợp bột ngô và nước, đánh cho đến khi đặc lại, khoảng 1 phút. Nêm nếm với muối và hạt tiêu. Rưới nước sốt lên rau và ức gà.

Gà Sherried

Một món ăn ngon để chiêu đãi hoặc cho những bữa cơm đặc biệt của gia đình. Phục vụ cơm thơm để hấp thụ các loại nước mặn.

cho 4 người

50 ml / 2 fl oz sherry khô

175 g / 6 oz nho khô sultan

4 miếng phi lê ức gà không da, mỗi miếng khoảng 175 g / 6 oz

50 g / 2 oz quả hạch, xắt thành miếng lớn

1 bánh táo để nấu ăn, gọt vỏ và cắt nhỏ

1 củ hành tím nhỏ, thái lát

2 tép tỏi đập giập

250 ml / 8 fl oz nước dùng gà

muối và hạt tiêu đen mới xay, để nếm

Đổ sherry lên nho khô trong một cái bát. Để yên trong 15 đến 30 phút. Cho tất cả nguyên liệu còn lại vào nồi nấu chậm, trừ muối và hạt tiêu. Đậy nắp và nấu trên lửa lớn hoặc cho đến khi thịt gà mềm, khoảng 3 đến 4 giờ. Nêm nếm với muối và hạt tiêu.

Cơm gà rang muối

Đây là cách tuyệt vời của Catherine Atkinson để sử dụng thịt gà đã nấu chín hoặc thức ăn thừa mua về, cũng như thịt lợn hoặc thịt bê.

cho 4 người

4 hẹ, thái lát

200 g/hộp 7 oz cà chua xắt nhỏ

175 ml / 6 fl oz nước luộc gà hoặc rau

1/2 quả ớt đỏ, bỏ hạt và cắt nhỏ, hoặc 50 g/2 oz ớt cắt lát hỗn hợp đông lạnh đã rã đông

một nhúm thảo mộc khô hỗn hợp

75 g / 3 oz gạo hạt dài dễ nấu

muối và hạt tiêu đen mới xay

75 g / 3 oz thịt gà nấu chín, cắt thành khối lớn

Cho lá hẹ vào nồi sứ. Khuấy cà chua, sau đó là nước dùng. Đậy nắp và bật nồi nấu chậm ở nhiệt độ cao. Hãy nghỉ ngơi trong vài phút trong khi bạn đo lường và chuẩn bị các thành phần còn lại. Thêm hạt tiêu xắt nhỏ và các loại thảo mộc, sau đó rắc cơm. Nêm muối và hạt tiêu và khuấy lại. Đậy nắp lại và nấu trong 50 đến 60 phút hoặc cho đến khi gạo mềm và hấp thụ hầu hết chất lỏng. Thêm thịt gà và nấu thêm 10 phút để làm nóng gà trước khi phục vụ.

Địa Trung Hải gà

Ức gà được phủ thì là, bí xanh và ô liu trong nước sốt cà chua.

cho 4 người

4 miếng phi lê ức gà không da, mỗi miếng khoảng 175 g / 6 oz

400 g/hộp 14 oz cà chua xắt nhỏ

120 ml nước luộc gà

120 ml rượu trắng khô hoặc thêm nước luộc gà

1 quả bí xanh thái lát

2 củ hành tây băm nhỏ

1 củ thì là, thái lát

1 muỗng cà phê oregano khô

1 lá nguyệt quế

40 g/1 1/2 oz ô liu Kalamata không xương, thái lát

1-2 muỗng cà phê nước cốt chanh

muối và hạt tiêu đen mới xay, để nếm

75 g / 3 oz cơm, nấu chín, nóng

Cho tất cả nguyên liệu, trừ ô liu, nước cốt chanh, muối, hạt tiêu và gạo vào nồi nấu chậm. Đậy nắp và nấu ở nhiệt độ thấp trong 6 đến 8 giờ, thêm ô liu trong 30 phút cuối cùng. Nêm nếm với nước cốt chanh, muối và hạt tiêu. Bỏ lá nguyệt quế. Phục vụ hỗn hợp thịt gà và cà chua trên cơm.

Gà Indonesia với bí xanh

Nước cốt dừa, gừng tươi, tỏi, ngò tươi và thìa là tạo thành một loại nước sốt thơm cho gà.

Vì

3 ức gà lớn không da, mỗi miếng 175 đến 225 g, cắt làm đôi
400 g/lon nước cốt dừa 14 oz
50 ml / 2 oz nước
50 ml / 2 fl oz nước cốt chanh
1 củ hành tây thái nhỏ
1 tép tỏi nghiền
7,5 cm củ gừng tươi, bào mịn hoặc 2 thìa cà phê gừng xay
2 muỗng cà phê rau mùi xay
1 muỗng cà phê thì là
450 g / 1 lb bí xanh, cắt đôi theo chiều dọc, bỏ hạt và thái lát
1 muỗng canh bột ngô
2 muỗng canh nước
15 g / 1⁄2 oz rau mùi tươi, thái nhỏ
muối và hạt tiêu đen mới xay, để nếm
100 g / 4 oz cơm, nấu chín, nóng

Cho tất cả các nguyên liệu, ngoại trừ bí xanh, maison, 2 muỗng canh nước, ngò tươi, muối, hạt tiêu và gạo vào nồi nấu chậm. Đậy nắp và nấu ở nhiệt độ thấp trong 31/2 – 4 giờ, thêm bí xanh trong 30 phút cuối cùng. Lấy ức gà ra và giữ ấm. Bật lửa lên Cao và nấu trong 10 phút. Thêm bột ngô kết hợp và 2 muỗng canh nước, khuấy trong 2 đến 3 phút. Thêm rau mùi tươi. Nêm nếm với muối và hạt tiêu. Dọn thịt gà và nước dùng lên cơm trong đĩa hondo.

Ức Gà Với Quả Sung

Quả sung và nước cam, được làm giàu với nước tương và rượu sherry, bổ sung cho ức gà mềm.

cho 4 người

4 miếng phi lê ức gà không da (khoảng 175 g / 6 oz mỗi miếng)
8 quả sung khô, chia làm tư
2 muỗng canh nước tương
2 muỗng canh sherry khô
175 ml / 6 fl oz nước cam
vỏ của 1 quả cam
2 muỗng canh bột ngô
2 muỗng canh nước
2 thìa mật ong
muối và hạt tiêu đen mới xay, để nếm
75 g / 3 oz cơm, nấu chín, nóng

Cho tất cả nguyên liệu, trừ bột ngô, nước, mật ong, muối, hạt tiêu và gạo vào nồi nấu chậm. Đậy nắp và nấu ở nhiệt độ cao trong 4 đến 6 giờ. Lấy gà ra và giữ ấm. Bật lửa lên Cao và nấu trong 10 phút. Thêm hỗn hợp bột ngô, nước và mật ong vào, khuấy đều trong 2 đến 3 phút. Nêm nếm với muối và hạt tiêu. Dọn ức gà và nước thịt lên trên cơm.

Gà Mole

Nước sốt nốt ruồi dễ dàng được làm bằng ớt đóng hộp.

cho 4 người

Nước sốt nốt ruồi (xem bên dưới)
4 miếng phi lê ức gà không da, mỗi miếng khoảng 100 g / 4 oz
175 g / 6 oz cơm, nấu chín, nóng
rau mùi tươi xắt nhỏ, để trang trí
120ml kem chua

Đổ một nửa nước sốt nốt ruồi vào nồi nấu chậm. Che với ức gà và nước sốt còn lại. Đậy nắp và nấu ở nhiệt độ thấp trong 4 đến 6 giờ. Vierta trên cơm. Rắc thêm rau mùi tươi và dùng với kem chua.

sốt chuột chũi

Công thức này được đánh giá là phù hợp với người ăn chay, nhưng hãy đảm bảo sử dụng nước sốt Worcestershire dành cho người ăn chay (một số thì không) nếu điều này quan trọng với bạn.

cho 4 người

Can 400 g / 14 oz đậu đỏ sốt cay với rượu

1 củ hành tây xắt nhỏ

2 tép tỏi

50 g / 2 oz nước sốt cà chua đã chuẩn bị

1 muỗng canh sốt Worrouershire

1/2 muỗng cà phê bột quế

15 g / 1/2 oz sô cô la tự nhiên, thái nhỏ

25 g / 1 oz hạnh nhân mảnh

Xử lý tất cả các thành phần trong một bộ xử lý thực phẩm cho đến khi mịn.

Gà Divan

Ức gà và bông cải xanh nấu trong nước sốt ngon.

Vì

Willow Divan (xem bên dưới)
6 miếng phi lê ức gà không da, mỗi miếng khoảng 100 g, cắt làm đôi
500 g / 18 oz bông cải xanh thái lát và thân
100 g / 4 oz gạo nguyên hạt, nấu chín, nóng
phô mai parmesan mới bào và ớt bột, để trang trí

Đổ một phần ba Divan Willow vào nồi nấu chậm. Che với thịt gà và nước sốt còn lại. Đậy nắp và nấu ở nhiệt độ thấp trong 4-5 giờ, thêm bông cải xanh trong 30 phút cuối cùng. Vierta trên cơm. Rắc phô mai Parmesan và ớt bột.

điệu salsa

Nước sốt đậm đà hương vị sherry.

Xả 600 ml/1 panh

3 muỗng canh bơ hoặc bơ thực vật
25 g / 1 oz bột thông thường
600 ml / 1 panh kem hoặc sữa nguyên chất
50 ml / 2 fl oz sherry khô
muối và hạt tiêu đen mới xay, để nếm

Đun chảy bơ hoặc bơ thực vật trong chảo vừa. Thêm bột và nấu trong 1 đến 2 phút. Đánh kem hoặc sữa và đun cho đến khi sôi, đánh cho đến khi đặc lại, khoảng 1 phút. Kết hợp sherry. Nêm nếm với muối và hạt tiêu.

soong gà dễ dàng

Món ăn này có thể dễ dàng chế biến với các nguyên liệu đóng hộp và đông lạnh tiện lợi.

cho 4 người

Can 300 g / 11 oz kem gà đặc

300 ml / 1⁄2 lít sữa tách béo

250 ml / 8 fl oz nước

450 g / 1 lb ức gà không xương, không da, thái hạt lựu (2 cm / 3⁄4 in)

2 củ hành tây thái lát

275 g / 10 oz rau hỗn hợp đông lạnh, rã đông

2 muỗng canh bột ngô

50 ml / 2 oz nước

muối và hạt tiêu đen mới xay, để nếm

Kết hợp súp, sữa và nước trong nồi nấu chậm. Thêm thịt gà và hành tây. Đậy nắp và nấu ở nhiệt độ thấp trong 5-6 giờ, thêm rau trộn trong 20 phút cuối cùng. Bật lửa lên Cao và nấu trong 10 phút. Thêm bột ngô và nước kết hợp, khuấy trong 2-3 phút. Nêm nếm với muối và hạt tiêu.

Gà sốt tiêu đỏ với pepperoni

Đơn giản và đầy hương vị và màu sắc, bạn cũng có thể phục vụ công thức này của Carolyn Humphries với cơm, khoai tây nghiền xốp hoặc couscous.

cho 4 người

2 muỗng canh bột ngô
muối và hạt tiêu đen mới xay
4 ức gà không da
2 nắm ớt hỗn hợp đông lạnh thái lát, hoặc 1 ớt đỏ và 1 xanh, thái lát
65 g / 2 1/2 oz pepperoni thái lát làm sẵn
400 g/hộp 14 oz cà chua xắt nhỏ
4 muỗng canh rượu trắng khô
1 muỗng canh cà chua xay nhuyễn
5ml/1 muỗng cà phê đường bột
1,5 ml/1/4 thìa cà phê ớt khô giã nhỏ hoặc ớt băm nhỏ cho vào lọ
5 ml / 1 muỗng cà phê tỏi băm từ lọ, hoặc 1 nhánh tỏi băm
2,5 ml / 1/2 muỗng cà phê oregano khô
2,5 ml/1/2 muỗng cà phê tiêu
mì ruy băng và salad xanh, để phục vụ

Trộn bột ngô với một ít muối và hạt tiêu trong nồi nấu chậm. Thêm thịt gà và xoay để che hoàn toàn. Thêm tất cả các thành phần còn lại và khuấy đều. Đậy nắp và nấu ở nhiệt độ cao trong 3 giờ hoặc ở nhiệt độ thấp trong 6 giờ cho đến khi gà rất mềm. Kiểm tra và mùa giải lại nếu cần thiết. Dùng thìa phết lên mì ruy băng với salad xanh giòn.

gà đồng

Món thịt hầm cay này nóng lên tuyệt vời vào một đêm mùa thu hoặc mùa đông.

Vì

700 g / 1 1⁄2 lb phi lê ức gà thái hạt lựu, không da (2,5 cm / 1 inch)

250 ml / 8 fl oz nước dùng gà

175 g / 6 oz cà chua xay nhuyễn

225 g / 8 oz bắp cải, thái nhỏ

2 củ hành tây xắt nhỏ

1 quả ớt xanh xắt nhỏ

2 tép tỏi lớn, nghiền nát

1 lá nguyệt quế

1 thìa nước cốt chanh

1 muỗng canh sốt Worrouershire

1 muỗng canh đường

2 muỗng cà phê húng quế khô

2 muỗng cà phê mù tạt Dijon

3-4 giọt sốt Tabasco

muối và hạt tiêu đen mới xay, để nếm

100 g / 4 oz cơm, nấu chín, nóng

Kết hợp tất cả các thành phần, trừ muối, hạt tiêu và gạo, trong nồi nấu chậm. Đậy nắp và nấu ở nhiệt độ thấp trong 6 đến 8 giờ. Bỏ lá nguyệt quế. Nêm nếm với muối và hạt tiêu. Phục vụ trên cơm.

Gà với đậu và đậu xanh

Đậu xanh đóng hộp và đậu nướng kết hợp với thịt gà hầm với ớt cay.

cho 8 phần ăn

275 g / 10 oz phi lê ức gà thái hạt lựu, không da
2 lon 400 g/14 oz đậu nướng hoặc thịt lợn và đậu
400 g / lon đậu xanh 14 oz, để ráo nước và rửa sạch
400 g/hộp 14 oz cà chua xắt nhỏ
1 củ hành lớn xắt nhỏ
1 quả ớt đỏ xắt nhỏ
2 tép tỏi đập giập
2-3 thìa cà phê ớt bột
3/4 muỗng cà phê cỏ xạ hương khô
muối và hạt tiêu đen mới xay, để nếm

Kết hợp tất cả các thành phần, trừ muối và hạt tiêu, trong nồi nấu chậm. Đậy nắp và nấu ở nhiệt độ cao trong 4 đến 5 giờ. Nêm nếm với muối và hạt tiêu.

Camote với gà

Món thịt hầm cũng rất ngon được làm bằng khoai tây hoặc sự kết hợp giữa khoai tây và cá ngừ.

cho 4 người

450 g / 1 pound phi lê ức gà không da, thái hạt lựu (2,5 cm / 1 inch)

375 ml / 13 fl oz nước dùng gà

350 g / 12 oz khoai tây, gọt vỏ và thái hạt lựu (2 cm / 3⁄4 in)

1 quả ớt xanh lớn, thái lát

2-3 thìa cà phê ớt bột

1⁄2 muỗng cà phê bột tỏi

2 muỗng canh bột ngô

50 ml / 2 oz nước

muối và hạt tiêu đen mới xay, để nếm

Kết hợp tất cả các thành phần, ngoại trừ bột ngô, nước, muối và hạt tiêu, trong nồi nấu chậm. Đậy nắp và nấu ở nhiệt độ cao trong 4 đến 5 giờ. Thêm bột ngô và nước kết hợp, khuấy trong 2-3 phút. Nêm nếm với muối và hạt tiêu.

Thịt gà hầm khoai tây nghiền

Những đống khoai tây nghiền giàu phô mai phủ trên món thịt hầm phong phú này rất ngon. Có thể chuẩn bị khoai tây trước một ngày và cho vào tủ lạnh, đậy kín.

cho 4 người

450 g / 1 pound phi lê ức gà không da, thái hạt lựu (2 cm / 3⁄4 in)

250 ml / 8 fl oz nước dùng gà

1 củ hành tây xắt nhỏ

2 củ cà rốt nhỏ, thái lát

1 nhánh cần tây

75 g / 3 oz nấm, thái lát

1⁄2 muỗng cà phê hương thảo khô

1⁄2 muỗng cà phê cỏ xạ hương khô

50 g / 2 oz petits pois đông lạnh, rã đông

1-2 muỗng canh bột ngô

3-4 muỗng canh nước lạnh

muối và hạt tiêu đen mới xay, để nếm

1⁄2 lượng khoai tây nghiền thật

1 lòng đỏ trứng gà

50 g / 2 oz phô mai cheddar vụn

1-2 muỗng canh bơ hoặc bơ thực vật, tan chảy

Cho thịt gà, nước dùng, hành tây, cà rốt, cần tây, nấm và rau thơm vào nồi nấu chậm. Đậy nắp và nấu ở nhiệt độ thấp trong 6 đến 8 giờ. Thêm đậu Hà Lan, tăng nhiệt lên Cao và nấu trong 10 phút. Thêm bột ngô và nước kết hợp, khuấy trong 2-3 phút. Nêm nếm với muối và hạt tiêu.

Trong khi hầm đang nấu, làm nhuyễn khoai tây, trộn lòng đỏ trứng và phô mai. Đặt hỗn hợp khoai tây thành bốn gò trên khay nướng đã bôi mỡ và cho vào tủ lạnh, đậy nắp, cho đến khi lạnh, khoảng 30 phút. Rắc khoai tây với bơ hoặc bơ thực vật. Nướng 220oC / gas 7 / lò quạt 200oC đến khi vàng, khoảng 15 phút. Đậy bát soong với khoai tây.

Gà nhồi nướng chậm

Carolyn Humphries gợi ý đặt gà vào lò nướng rất nóng trong 30 phút cuối cùng để làm nâu da.

cho 4 người

85 g / 3 1/2 oz gói xô thơm và hành tây hoặc hỗn hợp để nhồi xúc xích và cỏ xạ hương

một nắm nho khô

dầu hướng dương, để bôi trơn

1 con gà sẵn sàng cho lò nướng, khoảng 1,5 kg / 3 lb

5ml/1 muỗng cafe xì dầu

300 ml / 1/2 lít nước dùng gà sôi

45ml/ 3 muỗng canh bột mì

45ml/3 muỗng canh nước

muối và hạt tiêu đen mới xay

Chuẩn bị hỗn hợp làm đầy với nước sôi theo chỉ dẫn trong hướng dẫn trên bao bì và thêm nho khô. Dùng một ít để nhét vào cuối cổ chim và cố định phần da bằng xiên. Đặt phần nhân còn lại lên một miếng giấy nhôm đã bôi mỡ và gấp lại để tạo thành một gói. Đặt một lớp giấy nhôm dày gấp đôi vào nồi nấu chậm sao cho nó nhô ra khỏi thành nồi (để dễ dàng lấy chim ra sau khi nấu).

Chải lá nhôm với dầu. Đặt con chim lên giấy nhôm trong nồi nấu chậm và phết nước tương. Đặt gói giấy nhôm nhồi vào phần cuối của chân. Đổ nước dùng sôi xâm xấp. Đậy nắp và nấu ở nhiệt độ cao trong 2-3 giờ hoặc nhiệt độ thấp trong 4-6 giờ cho đến khi gà chín kỹ và nước tiết ra trong khi dùng xiên đâm vào phần dày nhất của chân gà.

Sử dụng giấy bạc, nhấc con chim ra khỏi nồi và chuyển sang đài phun nước để nướng (vẫn còn trong giấy bạc). Nướng trong lò đã làm nóng trước ở nhiệt độ 230°C / ga 8 / lò có quạt 210°C trong 30 phút để bánh có màu nâu và giòn. Lấy ra khỏi lò và để yên trong 10 phút trước khi cắt. Trong khi đó, hóa lỏng bột với nước trong nồi. Trộn nước nấu từ nồi nấu chậm, đun sôi và nấu, khuấy trong 2 phút. Nêm nếm nếu cần. Cắt con chim và phục vụ với nước sốt, nhồi và các món ăn kèm thông thường của bạn.

gà và nấm

Phục vụ món thịt hầm cay này với những lát bánh mì parmesan ấm.

cho 4 người

450 g / 1 pound phi lê ức gà không da, thái hạt lựu (2 cm / ¾ in)

250 ml / 8 fl oz nước dùng gà

175 g / 6 oz cà chua xay nhuyễn

1 muỗng canh sốt Worrouershire

225 g / 8 oz nấm, thái lát dày

1 củ hành lớn xắt nhỏ

2 tép tỏi đập giập

2 củ cà rốt lớn, nạo thô

1 lá nguyệt quế

1 muỗng cà phê gia vị thảo mộc khô của Ý

¼ muỗng cà phê bột mù tạt khô

1-2 muỗng canh bột ngô

2 đến 4 muỗng canh nước

muối và hạt tiêu đen mới xay

Spaghetti 225 g / 8 oz, nấu chín, nóng

Kết hợp tất cả các thành phần, ngoại trừ bột ngô, nước, muối, hạt tiêu và mì spaghetti, trong nồi nấu chậm. Đậy nắp và nấu ở nhiệt độ cao trong 4 đến 6 giờ. Thêm bột ngô và nước kết hợp, khuấy trong 2-3 phút. Bỏ lá nguyệt quế. Nêm nếm với muối và hạt tiêu. Phục vụ trên spaghetti.

Gà và nấm rừng

Nấm hoang dã hoặc nấm trồng kỳ lạ theo mùa, nhưng đáng để mua khi bạn có thể lấy chúng để chế biến các món ăn như thế này.

cho 4 người

450 g / 1 pound phi lê ức gà thái hạt lựu, không da
120 ml nước luộc gà
120 ml rượu trắng khô hoặc thêm nước luộc gà
225 g / 8 oz nấm dại hỗn hợp, cắt thành khối lớn
2 hẹ, thái lát mỏng
1 tỏi tây nhỏ (chỉ phần trắng), thái lát mỏng
1 muỗng canh nụ bạch hoa để ráo nước
1-2 muỗng canh bột ngô
2 đến 4 muỗng canh nước
muối và hạt tiêu đen mới xay
75 g / 3 oz gạo nguyên hạt, nấu chín, nóng

Kết hợp tất cả các thành phần, ngoại trừ nụ bạch hoa, maison, nước, muối, hạt tiêu và gạo, trong nồi nấu chậm. Đậy nắp và nấu ở nhiệt độ thấp trong 6 đến 8 giờ. Thêm nụ bạch hoa, tăng nhiệt lên Cao và nấu trong 10 phút. Thêm bột ngô và nước kết hợp, khuấy trong 2-3 phút. Nêm nếm với muối và hạt tiêu. Phục vụ trên cơm.

gà với chanh

Nước chanh tươi và ớt là điểm nhấn hương vị trên đĩa ngon này.

Vì

450 g / 1 pound phi lê ức gà thái hạt lựu, không da

2 lon cà chua xắt nhỏ 400 g / 14 oz

1 ớt jalapeño hoặc một loại guindilla cay vừa khác, thái nhỏ

2 tép tỏi đập giập

1 muỗng canh nước dùng gà ăn liền dạng hạt hoặc một viên nước dùng gà

2 muỗng cà phê húng quế khô

350 g / 12 oz bông cải xanh

50–75 ml / 2–2½ ounce chất lỏng nước cốt chanh

muối và hạt tiêu đen mới xay

350 g / 12 oz mì ống hoặc mì sợi lông thiên thần, đã nấu chín, nóng

phô mai parmesan mới bào, để trang trí

Kết hợp tất cả các thành phần, ngoại trừ bông cải xanh, nước cốt chanh, muối, hạt tiêu, mì ống và pho mát, trong nồi nấu chậm. Đậy nắp và nấu ở nhiệt độ cao trong 4-5 giờ, thêm bông cải xanh trong 20 phút cuối cùng. Nêm nếm với nước cốt chanh, muối và hạt tiêu. Phục vụ trên mì ống, rắc phô mai parmesan.

Gà với rượu táo và kem

Món ăn hấp dẫn của Carolyn Humphries đòi hỏi nỗ lực tối thiểu. Thay vào đó, bạn có thể dùng nước ép táo hoặc rượu táo.

cho 4 người

450 g / 1 lb rau hỗn hợp hấp đông lạnh, chẳng hạn như bắp ngô ngọt, cà rốt, đậu xanh

100 g/4 oz nấm đông lạnh tươi hoặc thái lát

450 g/1 pound thịt gà viên

45ml/ 3 muỗng canh bột bắp

muối và hạt tiêu đen mới xay

2 muỗng canh hành khô mảnh

150 ml / 1⁄4 pt rượu táo bán khô

150 ml / 1⁄4 lít nước dùng gà sôi

1 túi bó hoa garni

90 ml / 6 muỗng canh kem đôi

cơm với bơ, để phục vụ

2 muỗng canh rau mùi tây tươi hoặc đông lạnh xắt nhỏ

Cho tất cả nguyên liệu trừ kem và mùi tây vào nồi nấu chậm và trộn đều. Đậy nắp và nấu ở nhiệt độ cao trong 3 giờ hoặc nhiệt độ thấp trong 6 giờ. Hủy bỏ garni bó hoa và thêm kem. Kiểm tra và mùa lại, nếu cần thiết. Phục vụ trên một lớp cơm bơ, trang trí với rau mùi tây.

Cơm gà bó xôi

Cơm rau bina là một món ăn kèm ngon miệng cho món ăn kiểu Pháp này.

Vì

1 con gà nguyên con, khoảng 900 g / 2 lb, cắt thành khối

250 ml / 8 fl oz nước dùng gà

175 g / 6 oz cà chua xay nhuyễn

8 quả cà chua, không hạt và xắt thành khối lớn

1 củ hành tây xắt nhỏ

1 quả ớt đỏ nhỏ, xắt nhỏ

50 g / 2 oz nấm, thái lát

1 tép tỏi nghiền

1/2 muỗng cà phê húng quế khô

1/2 muỗng cà phê ngải giấm khô

1/2 muỗng cà phê oregano khô

một nhúm hạt nhục đậu khấu tươi

2 quả bí xanh thái lát

40 g / 1 1/2 oz ô liu đen không xương

1-2 muỗng canh bột ngô

2 đến 4 muỗng canh nước lạnh

muối và hạt tiêu đen mới xay, để nếm

Cơm với rau bina (xem bên dưới)

Kết hợp tất cả các thành phần, ngoại trừ bí xanh, ô liu, maison, nước, muối, hạt tiêu và gạo với rau bina, trong nồi nấu chậm. Đậy nắp và nấu ở nhiệt độ thấp trong 6 đến 8 giờ, thêm bí ngòi và ô liu trong 20 phút cuối cùng. Bật lửa lên Cao và nấu trong 10 phút. Thêm bột ngô và nước, khuấy trong 2-3 phút. Nêm nếm với muối và hạt tiêu. Dùng với cơm với rau muống.

Cơm rau mồng tơi

Một loại gạo đa năng đặc biệt phù hợp với các món ăn Địa Trung Hải.

Vì

1/2 củ hành tây xắt nhỏ

dầu, mỡ

275 g/10 oz gạo hạt dài

600 ml/1 lít nước dùng gà

150 g / 5 oz rau bina, thái lát

Xào hành tây trong chảo vừa có mỡ nhẹ cho đến khi mềm, 2-3 phút. Thêm gạo và nước dùng và đun nóng cho đến khi sôi. Giảm nhiệt và nấu trên lửa nhỏ, đậy nắp, cho đến khi gạo mềm, khoảng 25 phút, thêm rau bina trong 10 phút cuối.

Cam gà và rau

Cả nước cam và vỏ đều được sử dụng để tạo cho món thịt hầm này hương vị cam quýt sảng khoái. Phục vụ trên cơm thơm.

Vì

1,25 kg / 2 1⁄2 lb phi lê ức gà không da

375 ml / 13 fl oz nước cam

275 g / 10 oz cà chua, xắt nhỏ

250 g / 9 oz khoai tây, chưa gọt vỏ và thái hạt lựu

2 củ hành tây thái lát

2 củ cà rốt lớn, thái lát dày

2 tép tỏi đập giập

1⁄2 muỗng cà phê kinh giới khô

1⁄2 muỗng cà phê cỏ xạ hương khô

2 muỗng cà phê vỏ cam

1 nhánh quế (2,5 cm / 1 inch)

2 muỗng canh bột ngô

50 ml / 2 oz nước

muối và hạt tiêu đen mới xay, để nếm

Kết hợp tất cả các thành phần, ngoại trừ bột ngô, nước, muối và hạt tiêu, trong nồi nấu chậm 5,5 lít / 9 1/2 pint. Đậy nắp và nấu ở nhiệt độ thấp trong 6 đến 8 giờ. Bật lửa lên Cao và nấu trong 10 phút. Thêm bột ngô và nước kết hợp, khuấy trong 2-3 phút. Nêm nếm với muối và hạt tiêu.

Gà gừng và cam với bí ngô

Bất kỳ loại bí mùa đông nào, chẳng hạn như quả óc chó hoặc bí, đều thích hợp cho món ăn thơm này.

Vì

700 g / 1 1⁄2 lb phi lê ức gà thái hạt lựu, không da

250 ml / 8 fl oz nước dùng gà

400 g/hộp 14 oz cà chua xắt nhỏ

120 ml / 4 fl oz nước cam

500 g / 18 oz quả bơ hoặc bí mùa đông khác, gọt vỏ và thái hạt lựu

2 củ khoai tây, gọt vỏ và thái hạt lựu

2 củ hành nhỏ, xắt thành khối lớn

1 quả ớt xanh nhỏ, băm nhỏ

2 tép tỏi đập giập

1 muỗng canh vỏ cam

1⁄2 muỗng cà phê gừng xay

120ml kem chua

1 muỗng canh bột ngô

muối và hạt tiêu đen mới xay, để nếm

275 g / 10 oz mì hoặc gạo basmati nguyên hạt, nấu chín, nóng

Kết hợp tất cả các thành phần, ngoại trừ kem chua, bột ngô, muối, hạt tiêu và mì hoặc gạo, trong nồi nấu chậm 5,5 lít / 91/2 pint. Đậy nắp và nấu ở nhiệt độ thấp trong 6 đến 8 giờ. Thêm kem chua và bột ngô kết hợp, khuấy trong 2 đến 3 phút. Nêm nếm với muối và hạt tiêu. Phục vụ mì hoặc cơm.

Gà Apricot

Mứt mơ và mù tạt Dijon tạo hương vị cho nước sốt rượu vang trong món thịt hầm này.

Vì

700 g / 1 1/2 lb phi lê ức gà làm tư, không da
75 ml / 2 1/2 ounce nước dùng gà
75 ml / 2 1/2 fl oz rượu trắng khô hoặc nước luộc gà
90 g / 3 1/2 oz mứt mơ
1 củ cà rốt xắt nhỏ
1 nhánh cần tây xắt nhỏ
4 hẹ, thái lát
2 muỗng canh mù tạt Dijon
1 muỗng cà phê hương thảo khô, nghiền nát
1 muỗng cà phê ớt bột
50 g / 2 oz petits pois đông lạnh, rã đông
1-2 muỗng canh bột ngô
2-3 muỗng canh nước
muối và hạt tiêu đen mới xay, để nếm
100 g / 4 oz cơm, nấu chín, nóng

Kết hợp tất cả các thành phần, ngoại trừ đậu Hà Lan, bột ngô, nước, muối, hạt tiêu và gạo, trong nồi nấu chậm. Đậy nắp và nấu ở nhiệt độ cao trong 4-5 giờ, thêm đậu Hà Lan trong 20 phút cuối cùng. Thêm bột ngô và nước kết hợp, khuấy trong 2-3 phút. Nêm nếm với muối và hạt tiêu. Phục vụ trên cơm.

Gà Trái Cây Sấy

Mận nho khô và orejon tạo thêm vị ngọt và độ đậm đà cho món gà này. Nếu bạn thích nước sốt đặc hơn một chút, hãy thêm 1 đến 2 thìa bột ngô kết hợp với 2 đến 3 thìa nước vào cuối quá trình nấu.

cho 4 người

450 g / 1 lb phi lê ức gà thái hạt lựu, không da (4 cm / 1½ in.)

300 ml / ½ lít nước dùng gà

2 củ hành nhỏ, thái nhỏ

1 quả ớt đỏ nhỏ, thái nhỏ

1 tép tỏi nghiền

½ muỗng cà phê gừng xay

1 lá nguyệt quế

200 g / 7 oz nho khô hỗn hợp

175 g / 6 oz nho khô mận đã tách xương, cắt thành khối lớn

175 g / 6 oz quả mơ khô, cắt thành khối lớn

2 đến 4 muỗng canh rượu rum nhẹ (tùy chọn)

muối và hạt tiêu đen mới xay, để nếm

175 g / 6 oz cơm, nấu chín, nóng

Kết hợp tất cả các thành phần, ngoại trừ trái cây sấy khô, rượu rum, muối, hạt tiêu và gạo, trong nồi nấu chậm. Đậy nắp và nấu ở nhiệt độ cao trong 4 đến 5 giờ, thêm trái cây khô và rượu rum trong 11/2 giờ qua. Bỏ lá nguyệt quế và nêm nếm với muối và hạt tiêu. Phục vụ trên cơm.

Gà nấu rượu vang đỏ với nấm

Dựa trên món ăn cổ điển của Pháp, coq au vin, món này rất dễ làm. Ăn với kem khoai tây hoặc cơm và ejotes.

cho 4 người

một ít hành tây xắt nhỏ đông lạnh hoặc 1 củ hành tươi xắt nhỏ
10 ml / 2 muỗng canh bơ mềm
100 g / 4 oz mỡ lợn hun khói
4 ức gà không da
100 g/4 oz nấm nhỏ hoặc 1 lon 300 g/11 oz nấm, để ráo nước
300 ml / 1⁄2 lít rượu vang đỏ
1 muỗng canh cà chua xay nhuyễn
45ml/ 3 muỗng canh bột bắp
2 muỗng canh rượu mạnh
250 ml / 8 fl oz nước dùng gà sôi
5ml/1 muỗng cà phê đường bột
2,5 ml / 1⁄2 muỗng cà phê thảo mộc khô hỗn hợp
muối và hạt tiêu đen mới xay
mùi tây tươi xắt nhỏ, để trang trí

Trộn hành tây với bơ trong nồi nấu chậm. Rưới mỡ heo lên rồi cho gà và nấm vào. Hòa lỏng rượu với cà chua xay nhuyễn và maison cho đến khi mịn, sau đó thêm rượu mạnh, nước dùng, đường và các loại thảo mộc. Đổ lên thịt gà và nêm muối và hạt tiêu. Đậy nắp và nấu ở nhiệt độ cao trong 3 giờ hoặc ở nhiệt độ thấp trong 6 giờ cho đến khi nước sốt đậm đà và thịt gà mềm. Khuấy đều. Kiểm tra và mùa lại, nếu cần thiết. Trang trí với một ít rau mùi tây xắt nhỏ.

Veronique của gà

Nho đỏ và xanh không hạt thêm hương vị và màu sắc cho món ăn truyền thống này. Phục vụ cơm thơm, như hoa nhài hoặc basmati.

cho 4 người

450 g / 1 pound phi lê ức gà, cắt làm tư dọc theo
300 ml / 1/2 lít nước dùng gà
50 ml / 2 fl oz rượu trắng khô (tùy chọn)
50 g/2 oz tỏi tây xắt lát mỏng (chỉ lấy phần trắng)
4 củ hành tây
2 tép tỏi đập giập
3/4 muỗng cà phê ngải giấm khô
50 g / 2 oz nho đỏ không hạt, cắt làm đôi
50 g / 2 oz nho xanh không hạt, cắt đôi
2 muỗng canh bột ngô
50 ml / 2 oz nước lạnh
muối và hạt tiêu đen mới xay, để nếm

Kết hợp tất cả các thành phần, ngoại trừ nho, bột ngô, nước, muối và hạt tiêu, trong nồi nấu chậm. Đậy nắp và nấu ở nhiệt độ cao trong 4-5 giờ, thêm nho trong 10 phút cuối cùng. Thêm bột ngô và nước kết hợp, khuấy trong 2-3 phút. Nêm nếm với muối và hạt tiêu.

Gà với Tarragon và mù tạt

Ngải giấm thường được nấu với thịt gà, và ở đây nó được kết hợp với mù tạt Dijon để có vị ngọt và cay.

cho 4 người

450 g / 1 pound phi lê ức gà thái hạt lựu, không da
250 ml / 8 fl oz nước dùng gà
2 củ hành tây xắt nhỏ, thái lát
1 củ cà rốt lớn, thái lát
100 g / 4 oz cải Brussels nhỏ, cắt làm đôi
2 que cần tây nhỏ, xắt nhỏ
1-2 muỗng canh mù tạt Dijon
2 muỗng cà phê tarragon khô
2 muỗng cà phê đường nâu
1 thìa cà phê nước cốt chanh
2 muỗng canh bột ngô
50 ml / 2 oz nước
muối và hạt tiêu đen mới xay, để nếm
75 g / 3 oz cơm, nấu chín, nóng

Kết hợp tất cả các thành phần, ngoại trừ bột ngô, nước, muối, hạt tiêu và gạo, trong nồi nấu chậm. Đậy nắp và nấu ở nhiệt độ thấp trong 6 đến 8 giờ. Bật lửa lên Cao và nấu trong 10 phút. Thêm bột ngô và nước kết hợp, khuấy trong 2-3 phút. Nêm nếm với muối và hạt tiêu. Phục vụ trên cơm.

Gà với mật ong và mù tạt

Mù tạt Dijon và mật ong có vị cay, thêm một chút cà ri để tăng hương vị cho món gà này.

cho 4 người

450 g / 1 pound phi lê ức gà thái hạt lựu, không da

375 ml / 13 fl oz nước dùng gà

225 g / 8 oz bông súp lơ nhỏ

2 củ hành tây xắt nhỏ

1 củ cà rốt lớn, thái lát

2 thìa mật ong

1 muỗng canh mù tạt Dijon

1-2 muỗng cà phê bột cà ri

1-2 muỗng canh bột ngô

2 đến 4 muỗng canh nước

muối và hạt tiêu đen mới xay, để nếm

75 g / 3 oz cơm, nấu chín, nóng

Kết hợp tất cả các thành phần, ngoại trừ bột ngô, nước, muối, hạt tiêu và gạo, trong nồi nấu chậm. Đậy nắp và nấu ở nhiệt độ cao trong 4 đến 5 giờ. Thêm bột ngô và nước kết hợp, khuấy trong 2-3 phút. Nêm nếm với muối và hạt tiêu. Phục vụ trên cơm.

Cà ri gà, hạt tiêu và ngô kiểu Trung Quốc

Một món cà ri nhẹ nhanh chóng và dễ dàng từ Carolyn Humphries.

cho 4 người

một ít hành tây xắt nhỏ đông lạnh hoặc 1 củ hành tươi xắt nhỏ

1 muỗng canh dầu hướng dương

450 g/1 pound thịt gà viên

45ml/ 3 muỗng canh bột bắp

1 quả ớt tươi lớn, thái lát

100 g / 4 oz bắp ngô ngọt tươi hoặc đông lạnh

200 ml / 7 fl oz nước dùng gà sôi

10 ml / 2 muỗng cà phê tỏi băm từ lọ hoặc 2 tép tỏi băm

1 muỗng canh bột cà ri nhẹ

10 ml / 2 muỗng cà phê đường nâu nhạt

2 muỗng canh nước tương

muối

gạo, để phục vụ

Trộn hành tây với dầu trong nồi nấu chậm. Trộn thịt gà với bột ngô và cho vào nồi nấu chậm cùng với phần bột ngô còn lại. Rải hạt tiêu và bắp ngô ngọt. Hóa lỏng nước dùng với tất cả các thành phần còn lại và đổ. Đậy nắp và nấu ở nhiệt độ cao trong 3 giờ hoặc ở nhiệt độ thấp trong 6 giờ cho đến khi gà rất mềm và nước sốt đặc lại. Khuấy nhẹ nhàng, nếm thử và nêm lại nếu cần. Dọn thìa lên trên cơm.

Gà xào chua ngọt với rau củ

Thịt gà và rau được nấu trong rượu táo, nêm thêm mật ong và giấm để tạo vị chua ngọt sảng khoái.

Vì

450 g / 1 pound phi lê ức gà thái hạt lựu, không da

120 ml / 4 fl oz rượu táo hoặc nước ép táo

130 g / 4 1/2 oz cà chua xắt nhỏ đóng hộp

350 g / 12 oz hạt nhục đậu khấu hoặc bí mùa đông, gọt vỏ và thái hạt lựu

175 g / 6 oz bột khoai tây, gọt vỏ và thái hạt lựu

175 g / 6 oz khoai tây, gọt vỏ và cắt khối vuông

100 g / 4 oz ngô ngọt, rã đông nếu đông lạnh

150 g / 5 oz hẹ xắt nhỏ

1/2 ớt đỏ xắt nhỏ

2 tép tỏi đập giập

1 1/2 muỗng canh mật ong

1 1/2 muỗng canh giấm táo

1 lá nguyệt quế

1/4 muỗng cà phê hạt nhục đậu khấu tươi

1 quả táo nhỏ để nấu ăn, gọt vỏ và thái lát

muối và hạt tiêu đen mới xay, để nếm

100 g / 4 oz gạo basmati, nấu chín, nóng

Kết hợp tất cả các thành phần, ngoại trừ táo, muối, hạt tiêu và gạo, trong nồi nấu chậm. Đậy nắp và nấu ở nhiệt độ thấp trong 5-6 giờ, thêm táo trong 20 phút cuối cùng. Bỏ lá nguyệt quế. Nêm nếm với muối và hạt tiêu. Phục vụ trên cơm.

Gà với cà chua và đậu

Rượu làm nổi bật hương vị của cà chua trong nước sốt gà này. Nó rất ngon nếu được phục vụ trên Polenta hoặc cơm.

Vì

700 g / 1 1⁄2 lb phi lê ức gà thái hạt lựu, không da

400 g/hộp 14 oz cà chua xắt nhỏ

400 g / lon đậu cannellini 14 oz, để ráo nước và rửa sạch

250 ml / 8 fl oz nước dùng gà

120 ml rượu trắng khô hoặc thêm nước luộc gà

50 ml / 2 fl oz cà chua xay nhuyễn

175 g / 6 oz nấm, thái lát

2 củ hành tây thái lát

2 tép tỏi đập giập

2 muỗng cà phê nước cốt chanh

1 lá nguyệt quế

1⁄2 muỗng cà phê oregano khô

1⁄4 muỗng cà phê húng tây khô

muối và hạt tiêu đen mới xay, để nếm

Kết hợp tất cả các thành phần, trừ muối và hạt tiêu, trong nồi nấu chậm. Đậy nắp và nấu ở nhiệt độ thấp trong 6 đến 8 giờ. Bỏ lá nguyệt quế. Nêm nếm với muối và hạt tiêu.

Gà với Couscous

Công thức này của Carolyn Humphries có hương vị ngọt ngào và bốc lửa.

cho 4 người

8 đùi gà không da nhỏ hoặc 4 lớn

4 lát pancetta, cắt làm đôi

một ít hành tây xắt nhỏ đông lạnh hoặc 1 củ hành tươi xắt nhỏ

2 nắm lớn ớt hỗn hợp đông lạnh thái lát, hoặc 1 quả ớt đỏ và 1 quả xanh tươi, thái lát

2,5 ml / 1/2 muỗng cà phê ớt băm nhỏ từ lọ hoặc mảnh ớt khô

1 muỗng canh đường nâu nhạt

2,5 ml / 1/2 muỗng cà phê bột quế

một nhúm đinh hương tốt

2,5 ml / 1/2 muỗng cà phê cỏ xạ hương khô

10 ml/ 2 muỗng cà phê giấm rượu vang đỏ

300 ml / 1/2 lít nước dùng gà sôi

Muối và hạt tiêu đen mới xay

225 g / 8 oz couscous

salad xanh, để phục vụ

Đặt thịt gà, thịt lợn, hành tây, ớt và ớt vào nồi nấu chậm. Hóa lỏng tất cả các thành phần còn lại trừ couscous và đổ, nêm một chút muối và nhiều hạt tiêu. Đậy nắp và nấu ở nhiệt độ cao trong 4 giờ hoặc ở nhiệt độ thấp trong 8 giờ cho đến khi mọi thứ chín mềm. Nhẹ nhàng thêm couscous, đậy nắp lại và đun nhỏ lửa trong 5 phút trong khi couscous hấp thụ nước dùng. Nhẹ nhàng đánh bông couscous bằng nĩa và dọn ra bát. Đi kèm với một món salad xanh.

Gà với rau và đậu lăng

Món thịt hầm tốt cho sức khỏe này kết hợp thịt gà và đậu lăng với hỗn hợp các loại rau. Phục vụ trong bát nông.

Vì

1 con gà (khoảng 1,5 kg / 3 lb), cắt thành khối

400 g/hộp 14 oz cà chua xắt nhỏ

375 ml / 13 fl oz nước dùng gà

175 g / 6 oz đậu lăng nâu hoặc Puy

1 nhánh cần tây, thái lát

1 củ cà rốt thái lát

75 g / 3 oz bông cải xanh

1 củ hành tây xắt nhỏ

2 tép tỏi đập giập

1/2 muỗng cà phê kinh giới khô

3 khoanh thịt xông khói, nấu cho đến khi giòn và vụn

muối và hạt tiêu đen mới xay, để nếm

Kết hợp tất cả các thành phần, ngoại trừ thịt xông khói, muối và hạt tiêu, trong nồi nấu chậm 5,5 lít / 91/2 pint. Đậy nắp và nấu ở nhiệt độ thấp trong 6 đến 8 giờ. Thêm thịt xông khói. Nêm nếm với muối và hạt tiêu.

Gà vườn với couscous

Tận dụng các loại rau theo mùa, cho dù bạn tự thu hoạch hay mua ngoài chợ, để làm món thịt hầm này, thay thế cho các loại rau đang có nhiều.

Vì

1,25 kg / 2½ lb phi lê ức gà không da, cắt làm đôi hoặc làm tư

375 ml / 13 fl oz nước dùng gà

4 quả cà chua vừa, xắt thành khối lớn

225 g / 8 oz cà rốt nhỏ, cắt đôi

225 g/8 oz nấm hương hoặc nấm hương thái lát

2 củ hành tây, thái lát dày

1 củ cải thái hạt lựu

1 ớt jalapeño nhỏ hoặc một loại ớt cay vừa khác, thái nhỏ

2 quả bí xanh thái lát

15 g / ½ oz rau mùi tươi, thái nhỏ

muối và hạt tiêu đen mới xay, để nếm

75 g / 3 oz couscous, nấu chín, ấm

Kết hợp tất cả các thành phần, ngoại trừ bí xanh, rau mùi, muối, hạt tiêu và couscous, trong nồi nấu chậm 5,5 lít / 9½ pint. Đậy nắp và nấu ở nhiệt độ thấp trong 6 đến 8 giờ, thêm bí xanh trong 30 phút cuối cùng. Thêm rau mùi và nêm nếm với muối và hạt tiêu. Phục vụ trên couscous.

gà Fricassee

Đinh hương và lá nguyệt quế tạo thêm cảm giác ấm áp và hơi lạ miệng cho món ăn này. Thay vào đó, có thể sử dụng các loại thảo mộc truyền thống như hương thảo và cỏ xạ hương, nếu thích.

Vì

700 g / 1 1/2 lb phi lê ức gà không da, cắt làm đôi hoặc làm tư
400 ml / 14 fl oz nước dùng gà
2 củ hành tây, xắt nhỏ thành gajos
1 củ cà rốt lớn, thái lát
1 nhánh cần tây lớn, thái lát
2 tép tỏi đập giập
16 tép thơm, buộc trong túi vải muslin
2 lá nguyệt quế
2 muỗng canh bột ngô
50 ml / 2 oz nước
1-2 muỗng cà phê nước cốt chanh
muối và hạt tiêu đen mới xay, để nếm
350 g / 12 oz fettuccine, đã nấu chín, còn ấm

Kết hợp tất cả các thành phần, ngoại trừ bột ngô, nước, nước cốt chanh, muối, hạt tiêu và bột nhão, trong nồi nấu chậm. Đậy nắp và nấu ở nhiệt độ thấp trong 6 đến 8 giờ. Bật lửa lên Cao và nấu trong 10 phút. Thêm bột ngô và nước kết hợp, khuấy trong 2-3 phút. Vứt bỏ đinh hương và lá nguyệt quế. Nêm nếm với muối và hạt tiêu. Phục vụ trên fettuccine.

Gumbo gà

Tỏi, ớt và đậu bắp tạo nên món kẹo cao su thơm ngon và dễ chế biến.

cho 4 người

450 g / 1 lb ức gà, thái hạt lựu (2 cm / 3⁄4 in)
Cà chua đóng hộp 400 g/14 oz
450 ml / 3⁄4 lít nước dùng gà
2 củ hành tây xắt nhỏ
1⁄2 ớt đỏ hoặc xanh, xắt nhỏ
2 tép tỏi đập giập
1⁄2 muỗng cà phê cỏ xạ hương khô
1⁄4 muỗng cà phê ớt băm nhỏ
225 g / 8 oz đậu bắp, gọt vỏ và cắt đôi
muối và hạt tiêu đen mới xay, để nếm
75 g / 3 oz cơm, nấu chín, nóng

Kết hợp tất cả các thành phần, ngoại trừ đậu bắp, muối, hạt tiêu và gạo, trong nồi nấu chậm. Đậy nắp và nấu ở nhiệt độ thấp trong 6 đến 8 giờ, thêm đậu bắp trong 30 phút cuối cùng. Nêm nếm với muối và hạt tiêu. Phục vụ trên cơm.

Gà El Paso

Phục vụ món gà này với cà chua, ngô ngọt và khoai tây chiên trên cơm, phủ totopos và pho mát.

cho 4 người

450 g / 1 pound phi lê ức gà thái hạt lựu, không da

2 lon cà chua 400 g/14 oz

400 g / lon panh 14 oz, để ráo nước và rửa sạch

275 g / 10 oz khoai tây chiên, cắt thành miếng ngắn

225 g/8 oz ngô ngọt

1/2 gói hỗn hợp gia vị cho tacos

muối và hạt tiêu đen mới xay, để nếm

Kết hợp tất cả các thành phần, trừ muối và hạt tiêu, trong nồi nấu chậm. Đậy nắp và nấu ở nhiệt độ thấp trong 6 đến 8 giờ. Nêm nếm với muối và hạt tiêu.

nui cay

Loại ớt này không cần thêm đồ ăn kèm nào khác, điều này khiến nó trở thành một bữa ăn dễ dàng tuyệt vời.

cho 8 phần ăn

450 g/1 cân thịt bò nạc xay

dầu, mỡ

2 củ hành tây xắt nhỏ

1 quả ớt xanh xắt nhỏ

2 tép tỏi đập giập

1-2 muỗng canh ớt bột, hoặc tùy khẩu vị

2 muỗng cà phê thì là

2 muỗng cà phê oregano khô

2 lon cà chua xắt nhỏ 400 g / 14 oz

400 g / hộp 14 oz đậu đỏ, để ráo nước và rửa sạch

175 g / 6 oz cà chua xay nhuyễn

175 ml / 6 fl oz bia hoặc nước

1 muỗng canh đường nâu nhạt

1 muỗng canh bột ca cao

muối và hạt tiêu đen mới xay, để nếm

200 g / 7 oz mì ống nấu chín với khuỷu tay

50 g / 2 oz phô mai cheddar vụn

2 hẹ, thái lát

120ml kem chua

Nấu thịt băm trong một cái chảo lớn có bôi mỡ nhẹ trên lửa vừa cho đến khi thịt có màu vàng nâu, khoảng 10 phút, dùng nĩa nghiền nát. Kết hợp thịt và các thành phần còn lại, ngoại trừ muối, hạt tiêu, mì ống, phô mai, hẹ và kem chua, trong nồi nấu chậm. Đậy nắp và nấu ở nhiệt độ thấp trong 6 đến 8 giờ. Bật nồi nấu chậm ở nhiệt độ cao, thêm mì ống và 120ml / 4 fl oz nước và nấu trong 15 phút. Nêm nếm với muối và hạt tiêu. Rắc từng bát ớt với phô mai, hẹ và kem chua.

Thịt lợn ớt với rau

Các loại rau lá xanh bổ sung chất dinh dưỡng và màu sắc cho món ớt đầy hương vị này.

cho 8 phần ăn

700 g / 1 1/2 lb thịt lợn nạc băm nhỏ

2 lon đậu 400 g / 14 oz, để ráo nước và rửa sạch

2 lon cà chua xắt nhỏ 400 g / 14 oz

1 củ hành tây xắt nhỏ

1/2 muỗng cà phê bột quế

1/2 muỗng cà phê thì là

1/2 – 1 muỗng cà phê ớt băm nhỏ

225 g / 8 oz cải xoăn hoặc rau bina, xắt thành miếng lớn

muối và hạt tiêu đen mới xay, để nếm

Nấu thịt lợn trong chảo lớn đã được bôi mỡ nhẹ cho đến khi vàng, khoảng 10 phút, dùng nĩa nghiền nát. Kết hợp thịt lợn và các thành phần còn lại, trừ cải xoăn, muối và hạt tiêu, trong nồi nấu chậm. Đậy nắp và nấu ở nhiệt độ thấp trong 6 đến 8 giờ, thêm cải xoăn trong 20 phút cuối cùng. Nêm nếm với muối và hạt tiêu.

Tây Nam Chile

Nếu bạn không có ớt jalapeño, một loại ớt cay khác cũng được.

cho 8 phần ăn

450 g/1 cân thịt bò nạc xay

dầu, mỡ

2 củ hành tây xắt nhỏ

1 quả ớt xanh xắt nhỏ

2 tép tỏi đập giập

1 ớt jalapeño, thái nhỏ

1-2 muỗng canh ớt bột, hoặc tùy khẩu vị

2 muỗng cà phê thì là

2 muỗng cà phê oregano khô

2 lon cà chua xắt nhỏ 400 g / 14 oz

400 g / hộp 14 oz đậu đen hoặc đậu pinto, để ráo nước và rửa sạch

175 g / 6 oz cà chua xay nhuyễn

175 ml / 6 fl oz bia hoặc nước

1 muỗng canh đường nâu nhạt

1 muỗng canh bột ca cao

muối và hạt tiêu đen mới xay, để nếm

50 g / 2 oz phô mai cheddar vụn

2 hẹ, thái lát

120ml kem chua

rau mùi tươi xắt nhỏ, để trang trí

Nấu thịt băm trong một cái chảo lớn có bôi mỡ nhẹ trên lửa vừa cho đến khi thịt có màu vàng nâu, khoảng 10 phút, dùng nĩa nghiền nát. Kết hợp thịt và các thành phần còn lại, ngoại trừ muối, hạt tiêu, phô mai, hẹ và kem chua, trong nồi nấu chậm. Đậy nắp và nấu ở nhiệt độ thấp trong 6 đến 8 giờ. Nêm nếm với muối và hạt tiêu. Rắc từng bát guindilla với phô mai, hẹ, kem chua và một ít ngò.

ớt thăn

Món ớt siêu dễ này có thịt lợn nạc mềm và cà chua tươi. Nếu bạn thích ớt ít cay hơn, hãy bỏ ớt bột và chỉ sử dụng ớt tươi.

cho 4 người

450 g / 1 lb thịt thăn, thái hạt lựu (1 cm / 1⁄2 in)

400 ml / 14 fl oz nước dùng res

400 g / lon panh 14 oz, để ráo nước và rửa sạch

450 g/1 lb mận thái lát hoặc cà chua chín

2 ớt jalapeños hoặc ớt cay vừa khác, thái nhỏ

1 muỗng canh ớt bột (không bắt buộc)

1 muỗng cà phê hạt thì là nướng

1 muỗng canh sốt Worrouershire

muối và hạt tiêu đen mới xay, để nếm

Kết hợp tất cả các thành phần, trừ muối và hạt tiêu, trong nồi nấu chậm. Đậy nắp và nấu ở nhiệt độ cao trong 4 đến 6 giờ. Nêm nếm với muối và hạt tiêu.

Ớt với Rajas
Một số người cho rằng ớt raja mirchi là cay nhất thế giới!

cho 8 phần ăn

2 củ hành tây

700 g / 1 1/2 lb thịt nạc băm nhỏ

2 lon đậu 400 g / 14 oz, để ráo nước và rửa sạch

2 lon cà chua xắt nhỏ 400 g / 14 oz

1/2 muỗng cà phê thì là

1-2 thìa ớt bột

1/2 – 1 muỗng cà phê ớt băm nhỏ

2 ớt poblanos, thái lát mỏng

1-2 muỗng canh dầu ô liu

muối và hạt tiêu đen mới xay, để nếm

Xắt nhỏ một củ hành tây. Nấu thịt trong chảo lớn đã được bôi mỡ nhẹ cho đến khi có màu vàng nâu, khoảng 10 phút, dùng nĩa nghiền nát thịt. Kết hợp với các thành phần còn lại, ngoại trừ dầu, muối, hạt tiêu, ớt và hành tây còn lại, trong nồi nấu chậm. Đậy nắp và nấu ở nhiệt độ thấp trong 6 đến 8 giờ. Xắt nhỏ hành tây còn lại. Nấu guindillas trong dầu ô liu trong chảo trên lửa vừa cho đến khi chúng mềm và hành tây có màu caramel, 15-20 phút. Nêm hỗn hợp thịt cho vừa ăn với muối và hạt tiêu và hỗn hợp ớt với muối. Che hỗn hợp thịt với hỗn hợp ớt.

Chile Habanero
Thay thế ớt jalapeño nếu bạn thích hương vị nhẹ hơn.

cho 4 người

100 g / 4 oz xúc xích heo, bỏ ruột

dầu, mỡ

400 g/hộp 14 oz cà chua xắt nhỏ

400 g / 14 oz đậu chiên

1 củ hành lớn xắt nhỏ

1 quả ớt xanh vừa, băm nhỏ

1/4 – 1/2 habanero hoặc loại ớt cay khác, xắt nhỏ

1 thìa ớt bột

1 muỗng cà phê thì là

muối để hương vị

250 ml / 8 fl oz kem chua

Nấu xúc xích trong một cái chảo nhỏ đã được bôi mỡ nhẹ cho đến khi có màu vàng nâu, khoảng 5 phút, dùng nĩa nghiền nát xúc xích. Kết hợp xúc xích và các nguyên liệu còn lại, trừ muối và kem chua, trong nồi nấu chậm. Đậy nắp và nấu ở nhiệt độ thấp trong 4 đến 5 giờ. nêm gia vị vừa ăn với muối. Phục vụ với kem chua.

Chile Rio Grande

Rất nhiều hành tây và sự kết hợp của các loại thịt xắt nhỏ và hình khối mang lại cho loại ớt này rất nhiều hương vị và kết cấu.

cho 12 người

450 g/1 cân thịt bò nạc xay

900 g / 2 lb thịt lợn nạc, thái hạt lựu (2 cm / 3⁄4 in)

400 ml / 14 fl oz nước dùng res

2 hộp đậu đỏ 400 g / 14 oz, để ráo nước và rửa sạch

2 lon cà chua xắt nhỏ 400 g / 14 oz

350 ml / 12 fl oz bia hoặc nước ép cà chua

100 g / 4 oz ớt xanh từ lọ, thái nhỏ

8 củ hành tây xắt nhỏ

6 tép tỏi nghiền

25 g/1 oz bột ớt (tùy chọn)

1 muỗng canh thì là

2 muỗng cà phê oregano khô

muối và hạt tiêu đen mới xay, để nếm

1 1⁄2 lượng kem chua ngò và ớt

Nấu thịt băm trong một cái chảo lớn có bôi mỡ nhẹ trên lửa vừa cho đến khi có màu vàng nâu, dùng nĩa nghiền nát. Kết hợp thịt và các thành phần còn lại, ngoại trừ muối, tiêu, ngò và kem chua ớt, trong nồi nấu chậm 5,5 lít / 9 1/2 pint. Đậy nắp và nấu ở nhiệt độ thấp trong 6 đến 8 giờ. Nêm nếm với muối và hạt tiêu. Phục vụ với muỗng kem chua ngò và ớt.

ớt cay Texas

Giò cay, ớt cay và nhiều gia vị làm nên loại ớt này rất ngon.

cho 8 phần ăn

350 g / 12 oz xúc xích heo cay, không ruột

700 g / 1 1⁄2 lb thịt nạc xắt thành khối lớn

400 g/hộp 14 oz cà chua xắt nhỏ

400 ml / 14 fl oz nước dùng res

400 g / 14 oz nước sốt cà chua từ lọ

400 g / hộp 14 oz đậu đỏ, để ráo nước và rửa sạch

400 g / 14 oz đậu xanh, để ráo nước và rửa sạch

100 g / 4 oz ớt xanh cắt nhỏ từ bình, với chất lỏng

1 củ hành lớn xắt nhỏ

1 ớt jalapeño hoặc ớt vừa, băm nhỏ

2 muỗng canh ớt bột cay

1⁄2 muỗng cà phê thì là

1⁄2 thìa cà phê ngò

1 muỗng canh nước sốt Worcestershire ít natri

muối và ớt cayenne, để hương vị

Nước sốt Tabasco, để hương vị

Nấu xúc xích và thịt băm trong một chảo lớn có thoa mỡ nhẹ trên lửa vừa cho đến khi có màu vàng nâu, khoảng 10 phút, dùng nĩa nghiền nát. Kết hợp thịt và các thành phần còn lại, ngoại trừ muối, ớt cayenne và sốt Tabasco, trong nồi nấu chậm 5,5 lít / 91/2 pint. Đậy nắp và nấu ở nhiệt độ thấp trong 6 đến 8 giờ. Nêm nếm với muối, ớt cayenne và sốt Tabasco.

Chi-lê sang tiếng Ý

Pepperoni cay là một bổ sung tuyệt vời cho thịt lợn và thịt bê.

cho 8 phần ăn

350 g / 12 oz xúc xích heo cay, không ruột

600 g / 1 lb 6 oz thịt bò nạc băm nhỏ

100 g/4 oz pepperoni thái lát

400 g/hộp 14 oz cà chua xắt nhỏ

400 ml / 14 fl oz nước dùng res

400 g / 14 oz nước sốt cà chua từ lọ

400 g / hộp 14 oz đậu đỏ, để ráo nước và rửa sạch

400 g / 14 oz đậu xanh, để ráo nước và rửa sạch

1 củ hành lớn xắt nhỏ

2 muỗng canh ớt bột cay

1–1 1/2 muỗng cà phê gia vị thảo mộc khô của Ý

1 muỗng canh sốt Worrouershire

muối để hương vị

ớt cayenne, để hương vị

Nước sốt Tabasco, để hương vị

Nấu xúc xích và thịt băm trong một chảo lớn có thoa mỡ nhẹ trên lửa vừa cho đến khi có màu vàng nâu, khoảng 10 phút, dùng nĩa nghiền nát. Kết hợp thịt và các thành phần còn lại, ngoại trừ muối, ớt cayenne và sốt Tabasco, trong nồi nấu chậm 5,5 lít / 91/2 pint. Đậy nắp và nấu ở nhiệt độ thấp trong 6 đến 8 giờ. Nêm nếm với muối, ớt cayenne và sốt Tabasco.

Ớt của gà đến nhà thờ Hồi giáo

Món ăn Tex-Mex khác biệt và ngon miệng này sẽ thu hút những người ưa mạo hiểm!

cho 4 người

350 g / 12 oz phi lê ức gà thái hạt lựu, không da
2 lon cà chua xắt nhỏ 400 g / 14 oz
400 g / hộp 14 oz đậu đỏ, để ráo nước và rửa sạch
225 g / 8 oz cà chua, xắt thành khối lớn
2 củ hành tây băm nhỏ
1 ớt poblano, xắt nhỏ
2 thìa ớt bột
2 muỗng cà phê tỏi băm
1 muỗng cà phê hương khói nhà thờ Hồi giáo
muối và hạt tiêu đen mới xay, để nếm

Kết hợp tất cả các thành phần, trừ muối và hạt tiêu, trong nồi nấu chậm. Đậy nắp và nấu ở nhiệt độ thấp trong 6 đến 8 giờ. Nêm nếm với muối và hạt tiêu.

Poblano thịt bê cay

Thịt bê băm nhỏ, ớt nhẹ và hỗn hợp gia vị làm cho món ăn nhanh được yêu thích.

cho 4 người

450 g/1 lb thịt bê nạc băm nhỏ
400 g/hộp 14 oz cà chua xắt nhỏ
400 g / lon đậu cannellini 14 oz, để ráo nước và rửa sạch
1 củ hành lớn xắt nhỏ
1 quả ớt poblano nhỏ hoặc một loại ớt thái nhỏ khác
1 nhánh cần tây xắt nhỏ
39g gói gia vị ớt
Omelet nêm (xem bên phải)

Kết hợp tất cả các thành phần, ngoại trừ Tortilla Wedges, trong nồi nấu chậm. Đậy nắp và nấu ở nhiệt độ thấp trong 6 đến 8 giờ. Phục vụ với Omelet Wedges.

Tortilla ớt dễ dàng

Bánh tortilla thêm độ giòn và kết cấu ở đây.

cho 8 phần ăn

225 g/8 oz thịt bò nạc băm nhỏ

dầu, mỡ

900 ml / 1½ panh nước dùng res

450 g / 1 pound nước sốt vừa hoặc nhẹ đã chuẩn bị

400 g / lon đậu 14 oz, để ráo nước và rửa sạch

4 củ hành tây xắt nhỏ

175 g / 6 oz ngô ngọt, rã đông nếu đông lạnh

1 muỗng cà phê ớt bột

100 g / 4 oz totopos, cắt nhỏ

muối và hạt tiêu đen mới xay

50 g / 2 oz phô mai cheddar vụn

Nấu thịt trong một cái chảo lớn có thoa mỡ nhẹ trên lửa vừa cho đến khi có màu vàng nâu, khoảng 5 phút, dùng nĩa nghiền nát thịt. Cho thịt, nước dùng, nước sốt, đậu, hành, ngô ngọt và bột ớt vào nồi nấu chậm 5,5 lít / 9½ pint. Đậy nắp và nấu ở nhiệt độ thấp trong 6 đến 8 giờ. Thêm totopos. Nêm nếm với muối và hạt tiêu. Rắc phô mai.

nêm tortilla

Ngon để đi kèm với đĩa Mexico.

Dành cho 4 người đi kèm

2 x 15 cm / 6 trong bánh bột mì

25 g / 1 oz phô mai với guindilla, nạo

25 g/1 oz phô mai cheddar vụn

3 củ hành tây thái lát

25 g / 1 oz nước sốt nhẹ hoặc cay

kem chua, để trang trí

Đặt bánh ngô lên khay nướng. Rắc pho mát và hẹ kết hợp. Nướng ở nhiệt độ 230oC / gas 8 / lò có quạt 210oC cho đến khi các cạnh bánh vàng và phô mai chảy ra, 5-7 phút. Cắt mỗi bánh tortilla thành sáu gajos. Phủ lên mỗi cái 1 thìa nước sốt và một thìa nhỏ kem chua.

Ớt hai bước Texas

Thịt lợn và gà tây kết hợp với nhau trong món ăn đơn giản và đầy hương vị này. Rau mùi tươi thêm một vị cay quyến rũ.

cho 4 người

225 g / 8 oz thịt lợn nạc băm nhỏ
225 g / 8 oz ức gà tây băm nhỏ
8 hẹ, thái lát
dầu, mỡ
400 g / lon đậu ớt 14 oz, không ráo nước
450 g / 1 lb cà chua, xắt nhỏ
1 ớt jalapeño nhỏ hoặc một loại ớt cay vừa khác, không hạt và thái nhỏ
muối để hương vị
rau mùi tươi thái nhỏ, để trang trí

Nấu thịt lợn, gà tây và hẹ trong một chảo lớn có thoa mỡ nhẹ trên lửa vừa cho đến khi thịt có màu nâu vàng, khoảng 8 phút, dùng nĩa nghiền nát. Kết hợp hỗn hợp thịt và các thành phần còn lại, trừ muối, trong nồi nấu chậm. Đậy nắp và nấu ở nhiệt độ thấp trong 5-6 giờ. Nêm nếm gia vị. Rắc mỗi đĩa súp với rau mùi tươi.

Taco của Chile

Bạn có thể tìm thấy ngô ở chợ dân tộc hoặc nhà cung cấp đặc sản, hoặc thay vào đó, bạn có thể thêm một hộp đậu cannellini.

cho 8 phần ăn

900 g/2 lb thịt nạc xay

dầu, mỡ

400 g / lon panh 14 oz, để ráo nước và rửa sạch

400 g / 14 oz ngô xay, để ráo nước và rửa sạch

400 g / lon 14 oz cà chua để ráo nước cắt nhỏ

275 g / 10 oz cà chua đóng hộp xắt nhỏ với ớt, muối

225 g / 8 oz ngô ngọt để ráo nước đóng hộp

1 củ hành lớn xắt nhỏ

2 nhánh cần tây xắt nhỏ

Gói 35g gia vị làm bánh tét

1 tép tỏi nghiền

1/2 muỗng cà phê cỏ xạ hương khô

trang trí: kem chua, phô mai cheddar vụn, khoai tây chiên

Nấu thịt băm trong chảo lớn đã được bôi mỡ nhẹ cho đến khi có màu vàng nâu, khoảng 10 phút, dùng nĩa nghiền nát. Kết hợp thịt và các thành phần còn lại trong nồi nấu chậm. Đậy nắp và nấu ở nhiệt độ thấp trong 6 đến 8 giờ. Phục vụ với các trang trí.

Khoai tây Tortilla nướng
Tự làm bánh tortilla của riêng bạn, rất dễ dàng.

Cho 6 người đi kèm

6 x 15 cm / 6 bánh ngô

phun nấu rau

một nhúm thì là

một nhúm ớt bột

một nhúm oregano khô

một nhúm ớt bột

muối và ớt cayenne, để hương vị

Cắt mỗi bánh tortilla thành tám gajos. Xếp thành một lớp trên khay nướng. Xịt dầu xịt lên bánh tortillas. Rắc nhẹ với các loại thảo mộc kết hợp, ớt bột, muối và ớt cayenne. Nướng ở 180oC / gas 4 / lò có quạt 160oC đến khi vàng nhẹ, 5-7 phút.

kem ớt
Một loại ớt hơi khác một chút, được làm từ súp đóng hộp!

Vì

450 g / 1 pound phi lê ức gà không da, thái hạt lựu (2 cm / 3⁄4 in)
275 g / 10 oz kem gà đã chế biến
120 ml / 4 fl oz nước sốt cà chua đã chuẩn bị
1 củ hành tây xắt nhỏ
3 nhánh hẹ
1⁄2 ớt đỏ xắt nhỏ
1 ớt jalapeño nhỏ hoặc một loại ớt cay vừa khác, không hạt và thái nhỏ
2 tép tỏi đập giập
100 g / 4 oz ớt xanh cắt nhỏ từ lọ, để ráo nước
1 thìa ớt bột
1⁄2 muỗng cà phê thì là
250 ml / 8 fl oz sữa tách kem
muối và hạt tiêu đen mới xay, để nếm
50 g / 2 oz pho mát Monterey Jack hoặc Cheddar, nạo
Khoai tây chiên trứng ốp la nướng (xem bên trái)

Kết hợp tất cả các thành phần, ngoại trừ sữa, muối, hạt tiêu, phô mai và bánh tortilla nướng, trong nồi nấu chậm. Đậy nắp và nấu ở nhiệt độ thấp trong 6 đến 8 giờ, thêm sữa trong 20 phút cuối cùng. Nêm nếm với muối và hạt tiêu. Rắc từng bát ớt với phô mai. Ăn kèm với bánh tortilla nướng.

nốt ruồi ớt

Loại ớt này có hương vị hấp dẫn của một loại ớt truyền thống của Mexico. Sử dụng thịt gà, thịt lợn hoặc thịt bê, hoặc kết hợp cả ba loại thịt.

Vì

450 g / 1 lb thịt lợn nạc, không mỡ, thái hạt lựu
250 ml / 8 fl oz nước dùng gà
400 g/hộp 14 oz cà chua xắt nhỏ
400 g / hộp 14 oz đậu đen, để ráo nước và rửa sạch
sốt chuột chũi
muối và hạt tiêu đen mới xay, để nếm
Guacamole (xem bên dưới)
rau mùi tươi thái nhỏ, để trang trí

Kết hợp tất cả các thành phần, ngoại trừ muối, hạt tiêu và guacamole, trong nồi nấu chậm. Đậy nắp và nấu ở nhiệt độ thấp trong 6 đến 8 giờ. Nêm nếm với muối và hạt tiêu. Đậy mỗi bát ớt bằng guacamole. Rắc hào phóng với rau mùi tươi.

Guacamole
Truyền thống với món ớt.

Cho 6 người đi kèm

1 quả bơ chín, cắt thành khối lớn
1/2 củ hành tây nhỏ, thái nhỏ
1/2 jalapeño hoặc ớt khác trên lửa vừa, không hạt và thái nhỏ
1 muỗng canh rau mùi tươi thái nhỏ
Nước sốt Tabasco, để hương vị
muối để hương vị

Trộn bơ, hành tây, guindilla và rau mùi. Nêm nếm với sốt Tabasco và muối.

Chile xanh

'Ớt xanh' này được làm bằng cà chua, còn được gọi là cà chua xanh Mexico. Chúng được đóng hộp sẵn tại các chợ dân tộc và các nhà cung cấp đặc sản.

cho 8 phần ăn

450 g / 1 pound thịt lợn nạc đã lọc xương, thái hạt lựu (1 cm / 1/2 inch)

900 ml / 1 1/2 lít nước dùng gà

2 hộp đậu cannellini 400 g / 14 oz, để ráo nước và rửa sạch

100–225 g / 4–8 oz ớt xanh từ lọ, cắt thành khối

250 ml / 8 fl oz nước

900 g / 2 lb cà chua đóng hộp, cắt làm tư

2 củ hành lớn, thái lát mỏng

6 đến 8 tép tỏi băm nhỏ

2 muỗng cà phê thì là

25 g / 1 oz rau mùi tươi, xắt nhỏ

Rau mùi và kem chua ớt (xem bên dưới)

Kết hợp tất cả các thành phần, ngoại trừ rau mùi và kem chua ớt, trong nồi nấu chậm 5,5 lít / 9 1/2 pint. Đậy nắp và nấu ở nhiệt độ thấp trong 6 đến 8 giờ. Thêm rau mùi. Ăn kèm với ngò và kem chua.

Ngò và kem chua ớt

Tuyệt vời với các món ăn cay.

Phục vụ 8 như đệm

120ml kem chua
1 muỗng canh rau mùi tươi xắt nhỏ
1 muỗng cà phê ớt jalapeño xắt nhỏ hoặc một loại ớt cay vừa khác

Kết hợp tất cả các thành phần.

chorizo mexico

Đây không phải là một công thức nấu ăn chậm, nhưng là cơ sở của nhiều món ăn ngon, giống như món sau đây.

Vì

1/2 muỗng cà phê hạt rau mùi, nghiền nát
1/2 muỗng cà phê hạt thì là, nghiền nát
dầu, mỡ
2 quả ớt khô hoặc ớt cay vừa khác
700 g / 1 1/2 lb thăn lợn, băm nhuyễn hoặc băm nhỏ
4 tép tỏi nghiền
2 muỗng canh ớt bột
2 muỗng canh giấm táo
2 muỗng canh nước
1 muỗng cà phê oregano khô
1/2 muỗng cà phê muối

Nấu rau mùi và hạt thì là trong một chảo nhỏ đã được bôi mỡ nhẹ trên lửa vừa, khuấy thường xuyên cho đến khi chúng chín đều trong 2-3 phút. Lấy ra khỏi chảo và dự trữ. Thêm ớt ancho vào chảo. Nấu trên lửa vừa cho đến khi mềm, khoảng 1 phút mỗi bên, lật ớt thường xuyên để tránh bị cháy. Rút và loại bỏ thân, gân và hạt. Thái nhỏ. Kết hợp tất cả các thành phần, trộn đều.

Chorizo ớt Mexico

Chorizo có thể được sử dụng trong nhiều công thức nấu ăn của người Mexico, hoặc nó có thể được tạo thành bánh empanadas và nấu như một món chính của bữa tối.

Vì

Chorizo Mexico (xem ở trên)
1 củ hành tây xắt nhỏ
dầu, mỡ
2 lon cà chua xắt nhỏ 400 g / 14 oz
2 lon 400 g / 14 oz pint hoặc đậu đen, để ráo nước và rửa sạch
Muối và hạt tiêu cho vừa ăn

Nấu xúc xích Mexico và hành tây trong một chảo lớn có bôi mỡ nhẹ trên lửa vừa cho đến khi vàng, từ 8 đến 10 phút, dùng nĩa vò nát. Kết hợp chorizo và phần còn lại của các thành phần, ngoại trừ muối và hạt tiêu, trong nồi nấu chậm. Đậy nắp và nấu ở nhiệt độ thấp trong 4 đến 6 giờ. Nêm nếm với muối và hạt tiêu.

Phô mai và ớt trắng với sốt cà chua đỏ

Loại ớt trắng này được làm thêm kem khi thêm kem chua và pho mát Monterey Jack hoặc Cheddar.

cho 8 phần ăn

700 g / 1½ lb phi lê ức gà thái hạt lựu, không da
2 hộp đậu cannellini 400 g / 14 oz, để ráo nước và rửa sạch
400 ml / 14 fl oz nước dùng gà
100 g / 4 oz ớt xanh cắt thành khối từ lọ, để ráo nước
4 củ hành tây xắt nhỏ
1 muỗng canh tỏi băm
1 muỗng canh oregano khô
1 muỗng cà phê thì là
250 ml / 8 fl oz kem chua
225 g / 8 oz pho mát Monterey Jack hoặc Cheddar, nạo
muối và ớt cayenne, để hương vị
Sốt cà chua đỏ

Kết hợp tất cả các thành phần, ngoại trừ kem chua, phô mai, muối, ớt cayenne và sốt cà chua đỏ, trong nồi nấu chậm. Đậy nắp và nấu ở nhiệt độ thấp trong 6 đến 8 giờ. Thêm kem chua và phô mai, khuấy cho đến khi phô mai tan chảy. Nêm nếm với muối và ớt cayenne. Ăn kèm sốt cà chua đỏ.

Sốt cà chua đỏ

Một loại nước sốt tuyệt vời với một cảm giác cay.

Phục vụ 8 như đệm

2 quả cà chua lớn, xắt nhỏ

1 củ hành nhỏ thái nhỏ

1 quả ớt xanh thái nhỏ

2 muỗng canh ớt poblano thái nhỏ hoặc ớt nhẹ khác

1 tép tỏi nghiền

2 muỗng canh rau mùi tươi thái nhỏ

muối để hương vị

Trộn tất cả nguyên liệu, nêm muối vừa ăn.

chủ trang trại Chile

Một guindilla phong phú với hương vị từ Viễn Tây. Chắc chắn là một cho các chàng trai!

Vì

450 g/1 cân thịt bò nạc xay

100 g / 4 oz xúc xích hun khói, thái lát

dầu, mỡ

600 ml / 1 lít nước dùng res

250 ml bia hoặc nước dùng res thêm

450 g / 1 pound cà chua xắt nhỏ, không để ráo nước

400 g / lon 14 oz khoai tây chiên với tương ớt

400 g / lon panh 14 oz, để ráo nước và rửa sạch

1 củ hành tây xắt nhỏ

1 quả ớt xanh xắt nhỏ

1 ớt jalapeño, thái nhỏ

3 tép tỏi lớn, nghiền nát

1 muỗng canh thì là

3 muỗng canh bột ớt, hoặc nếm thử

1 muỗng cà phê oregano khô

muối và hạt tiêu đen mới xay

kem chua, để trang trí

Nấu thịt và xúc xích trong chảo mỡ trên lửa vừa cho đến khi có màu vàng nâu, khoảng 8 phút, dùng nĩa nghiền nát. Kết hợp với các thành phần còn lại, trừ muối và hạt tiêu, trong nồi nấu chậm. Đậy nắp và nấu ở nhiệt độ thấp trong 6 đến 8 giờ. Nêm nếm với muối và hạt tiêu. Che mỗi phần bằng một muỗng kem chua.

Bí ngô vàng và ớt Cannellini Bean

Được đóng gói với rau và thịt lợn, loại ớt sống động này là một bữa ăn ngon cho gia đình. Bạn có thể sử dụng zucchini màu vàng thay vì bí.

Vì

450 g/1 lb thịt heo nạc xay

dầu, mỡ

1 lít / 1 3⁄4 lít nước dùng gà

250 ml / 8 fl oz rượu trắng khô hoặc nước luộc gà

100 g / 4 oz đậu cannellini khô

100 g / 4 oz đậu xanh khô

2 củ hành tây xắt nhỏ

1 quả ớt vàng băm nhỏ

100 g / 4 oz tỏi tây, thái lát mỏng

175 g / 6 oz bí vàng mùa hè, giống như một chiếc bánh, hình khối

175 g / 6 oz khoai tây sáp, gọt vỏ và cắt khối vuông

2 tép tỏi đập giập

2 muỗng canh ớt jalapeño thái nhỏ hoặc một loại guindilla thái nhỏ khác

2 muỗng cà phê hạt thì là

1 muỗng cà phê oregano khô

1 muỗng cà phê ớt bột

1/2 muỗng cà phê rau mùi xay

1/2 muỗng cà phê bột quế

1 lá nguyệt quế

muối và hạt tiêu đen mới xay, để nếm

1 quả cà chua nhỏ, thái nhỏ

2 hẹ, thái lát mỏng

3 muỗng canh rau mùi tươi thái nhỏ

Nấu thịt lợn trong chảo lớn đã được bôi mỡ nhẹ cho đến khi có màu vàng nâu, khoảng 8 phút, dùng nĩa nghiền nát. Kết hợp thịt lợn và các nguyên liệu còn lại, ngoại trừ muối, hạt tiêu, cà chua xắt nhỏ, hẹ và ngò tươi, trong nồi nấu chậm 5,5 lít / 91/2 pint. Đậy nắp và nấu ở nhiệt độ thấp cho đến khi đậu mềm, khoảng 7 đến 8 giờ. Nêm nếm với muối và hạt tiêu. Bỏ lá nguyệt quế. Rắc từng bát ớt với cà chua, hẹ và ngò tươi.

Địa Trung Hải Chile

Biến thể của một công thức ớt tiêu chuẩn này được đóng gói với các loại rau và đậu tốt cho sức khỏe.

Vì

450 g / 1 lb thịt cừu hoặc thịt bê nạc băm nhỏ

dầu, mỡ

1 lít / 1 3/4 lít nước dùng gà

250 ml / 8 fl oz rượu trắng khô hoặc nước luộc gà

100 g / 4 oz đậu cannellini khô

100 g / 4 oz đậu xanh khô

2 củ hành tây xắt nhỏ

1 quả ớt vàng băm nhỏ

200 g / 7 oz Kalamata hoặc ô liu đen khác, thái lát

100 g / 4 oz tỏi tây, thái lát mỏng

175 g / 6 oz bí mùa hè màu vàng, chẳng hạn như một chiếc bánh hoặc bí xanh vàng, hình khối

175 g / 6 oz khoai tây sáp, gọt vỏ và cắt khối vuông

2 tép tỏi đập giập

2 muỗng canh ớt jalapeño thái nhỏ hoặc một loại guindilla thái nhỏ khác

2 muỗng cà phê hạt thì là

1 muỗng cà phê oregano khô

1 muỗng cà phê ớt bột

1/2 muỗng cà phê rau mùi xay

1/2 muỗng cà phê bột quế

1 lá nguyệt quế

muối và hạt tiêu đen mới xay, để nếm

175 g / 6 oz couscous

1 quả cà chua nhỏ, thái nhỏ

2 hẹ, thái lát mỏng

3 muỗng canh rau mùi tươi thái nhỏ

6 muỗng canh phô mai feta vụn

Nấu thịt cừu hoặc thịt bê trong chảo lớn đã được bôi mỡ nhẹ cho đến khi có màu vàng nâu, khoảng 8 phút, dùng nĩa nghiền nát. Kết hợp thịt và các thành phần còn lại, ngoại trừ muối, hạt tiêu, cà chua xắt nhỏ, hẹ, rau mùi tươi, couscous và pho mát feta, trong nồi nấu chậm 5,5 lít / 91/2 pint. Đậy nắp và nấu ở nhiệt độ thấp cho đến khi đậu mềm, khoảng 7 đến 8 giờ. Nêm nếm với muối và hạt tiêu. Chuẩn bị couscous theo hướng dẫn gói. Loại bỏ lá nguyệt quế khỏi hỗn hợp ớt. Phục vụ guindilla trên couscous và rắc từng khẩu phần với cà chua, hẹ, rau mùi tươi và pho mát feta.

ớt với đậu

Món thịt bê và ớt gà tây đơn giản này rất lý tưởng để trở về nhà sau một ngày bận rộn.

cho 8 phần ăn

450 g/1 cân thịt bò nạc xay
450 g/1 pound gà tây băm nhỏ
dầu, mỡ
2 củ hành lớn, xắt nhỏ
3 tép tỏi đập giập
175 g / 6 oz cà chua xay nhuyễn
550 g / 1 1⁄4 lb nước sốt cà chua ngâm trong lọ
2 lon đậu 400 g / 14 oz, để ráo nước và rửa sạch
2 muỗng canh bột ớt, hoặc nếm thử
1 muỗng cà phê oregano khô
muối và hạt tiêu đen mới xay, để nếm

Nấu thịt băm và gà tây trong một cái chảo lớn có bôi mỡ nhẹ trên lửa vừa cho đến khi thịt có màu nâu vàng, khoảng 10 phút, dùng nĩa nghiền nát thịt. Kết hợp thịt và các thành phần còn lại, trừ muối và hạt tiêu, trong nồi nấu chậm. Đậy nắp và nấu ở nhiệt độ thấp trong 6 đến 8 giờ. Nêm nếm với muối và hạt tiêu.

Ớt đậu đen trắng

Được làm bằng đậu đen và cannellini, loại ớt này được tạo điểm nhấn bằng hương vị và màu sắc với cà chua phơi nắng.

cho 4 người

350 g/12 oz thịt nạc xay

dầu, mỡ

2 lon cà chua xắt nhỏ 400 g / 14 oz

400 g / lon đậu cannellini 14 oz, để ráo nước và rửa sạch

400 g/hộp 14 oz đậu đen hoặc đậu đỏ, để ráo nước và rửa sạch

2 củ hành tây xắt nhỏ

1/2 ớt xanh xắt nhỏ

15 g / 1/2 oz cà chua phơi nắng (không ngâm dầu), xắt nhỏ

1 ớt jalapeño hoặc một loại guindilla cay vừa khác, thái nhỏ

2 tép tỏi đập giập

2-3 muỗng canh ớt bột, hoặc tùy khẩu vị

1–1 1/2 thìa cà phê thì là xay

1–1 1/2 thìa cà phê oregano khô

1 lá nguyệt quế

muối và hạt tiêu đen mới xay, để nếm

15 g / 1/2 oz rau mùi tươi, thái nhỏ

Nấu thịt trong một cái chảo lớn có bôi mỡ nhẹ trên lửa vừa cho đến khi vàng, khoảng 8 đến 10 phút, dùng nĩa nghiền nát. Kết hợp thịt và các thành phần còn lại, ngoại trừ muối, hạt tiêu và rau mùi tươi, trong nồi nấu chậm. Đậy nắp và nấu ở nhiệt độ thấp trong 6 đến 8 giờ. Bỏ lá nguyệt quế. Nêm nếm với muối và hạt tiêu. Thêm rau mùi tươi.

Ớt với đậu và bia

Món ớt này rất dễ làm. Bia làm tăng thêm độ đậm đà cho nước sốt, giúp nước sốt ngon hơn khi được nấu trong một thời gian dài.

Vì

450 g/1 cân thịt bò nạc xay

dầu, mỡ

600 ml / 1 lít nước dùng res

250ml bia

450 g / 1 pound cà chua xắt nhỏ, không để ráo nước

400 g / lon 14 oz khoai tây chiên với tương ớt

400 g / lon panh 14 oz, để ráo nước và rửa sạch

3 tép tỏi lớn, nghiền nát

1 muỗng canh thì là

3 muỗng canh bột ớt, hoặc nếm thử

1 muỗng cà phê oregano khô

muối và hạt tiêu đen mới xay, để nếm

Nấu thịt băm trong một cái chảo lớn có bôi mỡ nhẹ trên lửa vừa cho đến khi có màu vàng nâu, khoảng 8 phút, dùng nĩa nghiền nát. Kết hợp thịt băm và các thành phần còn lại, trừ muối và hạt tiêu, trong nồi nấu chậm. Đậy nắp và nấu ở nhiệt độ thấp trong 6 đến 8 giờ. Nêm nếm với muối và hạt tiêu.

Ớt đậu cay với Fusilli

Sử dụng các loại đậu và hình dạng mì ống yêu thích của bạn trong loại ớt đa năng này.

cho 8 phần ăn

450 g/1 cân thịt bò nạc xay

dầu, mỡ

2 lon 400 g/14 oz cà chua băm nhỏ với tỏi

400 g / lon đậu xanh 14 oz, để ráo nước và rửa sạch

400 g / hộp 14 oz đậu đỏ, để ráo nước và rửa sạch

4 củ hành tây xắt nhỏ

100 g / 4 oz nấm, thái lát

1 nhánh cần tây, thái lát

120 ml / 4 fl oz rượu trắng hoặc nước

2 muỗng canh bột ớt, hoặc nếm thử

3/4 muỗng cà phê oregano khô

3/4 muỗng cà phê cỏ xạ hương khô

3/4 muỗng cà phê thì là

Súng trường 225 g / 8 oz, nấu chín

muối và hạt tiêu đen mới xay, để nếm

3-4 muỗng canh ô liu xanh hoặc đen thái lát

Nấu thịt trong một cái chảo lớn có bôi mỡ nhẹ trên lửa vừa cho đến khi vàng, khoảng 8 đến 10 phút, dùng nĩa nghiền nát. Kết hợp thịt và các thành phần còn lại, ngoại trừ fusilli, muối, hạt tiêu và ô liu, trong nồi nấu chậm 5,5 lít / 9 1/2 pint. Đậy nắp và nấu ở nhiệt độ thấp trong 6 đến 8 giờ, thêm mì ống trong 20 phút cuối cùng. Nêm nếm với muối và hạt tiêu. Rắc từng đĩa súp với ô liu.

Ớt đậu lăng với thịt xông khói và bia

Chanh, bia và thịt xông khói làm cho loại ớt này trở nên khác biệt và ngon miệng.

cho 4 người

750 ml / 1¼ lít nước dùng res
250 ml / 8 fl oz bia hoặc nước dùng res
75 g / 3 oz đậu lăng khô, rửa sạch
75 g / 3 oz đậu đen khô, rửa sạch
1 củ hành vừa xắt nhỏ
3 tép tỏi lớn, nghiền nát
1 muỗng canh ớt jalapeño thái nhỏ hoặc một loại guindilla xắt nhỏ vừa khác
1 thìa ớt bột
1 muỗng cà phê thì là
1 muỗng cà phê hương thảo khô, nghiền nát
225 g / 8 oz cà chua xắt nhỏ đóng hộp
Zumo của 1 trái chanh
muối và hạt tiêu đen mới xay, để nếm
4 khoanh thịt xông khói, nấu cho đến khi giòn và vụn

Kết hợp tất cả các thành phần, ngoại trừ cà chua, nước cốt chanh, muối, hạt tiêu và thịt xông khói, trong nồi nấu chậm. Đậy nắp và nấu trên lửa lớn cho đến khi đậu mềm, khoảng 5 đến 6 giờ, thêm cà chua trong 30 phút cuối cùng. Thêm nước cốt chanh. Nêm nếm với muối và hạt tiêu. Rắc từng bát ớt lên thịt ba chỉ.

Ớt rau và đậu lăng

Đậu lăng tạo thêm kết cấu tuyệt vời cho món ớt không thịt bổ dưỡng và ngon miệng này.

cho 4 người

1 lít / 1 3⁄4 lít nước luộc rau

250 ml / 8 fl oz nước

400 g/hộp 14 oz cà chua xắt nhỏ

130 g / 4 1⁄2 oz đậu lăng nâu khô

100 g / 4 oz ngô ngọt, rã đông nếu đông lạnh

2 củ hành tây xắt nhỏ

1 ớt đỏ hoặc xanh xắt nhỏ

1 củ cà rốt nhỏ, thái lát

1⁄2 nhánh cần tây, thái lát

1 tép tỏi nghiền

1⁄2 – 1 thìa ớt bột

3⁄4 muỗng cà phê thì là

1 lá nguyệt quế

muối và hạt tiêu đen mới xay, để nếm

Kết hợp tất cả các thành phần, trừ muối và hạt tiêu, trong nồi nấu chậm. Đậy nắp và nấu ở nhiệt độ thấp trong 6 đến 8 giờ. Bỏ lá nguyệt quế. Nêm nếm với muối và hạt tiêu.

Ớt đậu đen chay

Đậu trắng và đậu đen mang lại cho món guindilla chay này một kết cấu và vẻ ngoài hấp dẫn. Hương vị ấm áp của nó đến từ hạt thì là nướng.

cho 4 người

450 ml / ¾ lít nước ép cà chua

250 ml / 8 fl oz nước luộc rau

2 muỗng canh cà chua xay nhuyễn

400 g / hộp 14 oz đậu đen, để ráo nước và rửa sạch

400 g / 14 oz cannellini hoặc đậu xanh đóng hộp, để ráo nước và rửa sạch

1 củ hành tây xắt nhỏ

1 cây guindilla mềm, không hạt và thái nhỏ

1 muỗng cà phê ớt bột

1 muỗng cà phê hạt thì là nướng

50 g / 2 oz gạo hoang đã nấu chín

muối và hạt tiêu đen mới xay, để nếm

Kết hợp tất cả các thành phần, ngoại trừ gạo, muối và hạt tiêu, trong nồi nấu chậm. Đậy nắp và nấu ở nhiệt độ thấp trong 6 đến 8 giờ, thêm gạo hoang trong 30 phút cuối. Nêm nếm với muối và hạt tiêu.

Guindilla của đậu và ngô ngọt

Loại ớt dễ dàng này thực sự rất cay! Đối với một phiên bản ít cay hơn, hãy thay thế một lon đậu pintos hoặc đậu thận đã ráo nước và rửa sạch bằng đậu ớt.

cho 4 người

400 g / hộp 14 oz khoai tây chiên với ớt
250 ml / 8 fl oz nước luộc rau
400 g/hộp 14 oz cà chua xắt nhỏ
1 quả ớt xanh xắt nhỏ
100 g / 4 oz ngô ngọt, rã đông nếu đông lạnh
1 củ hành tây xắt nhỏ
2 tép tỏi đập giập
1-3 thìa cà phê ớt bột
muối và hạt tiêu đen mới xay, để nếm

Kết hợp tất cả các thành phần, trừ muối và hạt tiêu, trong nồi nấu chậm. Đậy nắp và nấu ở nhiệt độ thấp trong 6 đến 8 giờ. Nêm nếm với muối và hạt tiêu.

Ớt không có thịt

Sự đa dạng của lớp phủ làm cho loại ớt này trở nên thú vị khi phục vụ; thêm các loại toppings khác, chẳng hạn như ớt và cà chua xắt nhỏ và rau oregano tươi hoặc rau mùi tươi xắt nhỏ.

Phục vụ từ 6 đến

6 lon cà chua xắt nhỏ 400 g / 14 oz

400 g / hộp 14 oz đậu đỏ, để ráo nước và rửa sạch

175 g / 6 oz cà chua xay nhuyễn

175 ml / 6 fl oz bia hoặc nước

350 g / 12 oz Quorn có hương vị thịt hoặc thịt bò bằm

2 củ hành tây xắt nhỏ

1 quả ớt xanh xắt nhỏ

2 tép tỏi đập giập

1 muỗng canh đường nâu nhạt

1 muỗng canh bột ca cao

1-2 thìa ớt bột

1-2 muỗng cà phê thì là

1-2 muỗng cà phê oregano khô

¼ thìa cà phê đinh hương xay

muối và hạt tiêu đen mới xay, để nếm

nước xốt: phô mai bào, kem chua, hẹ thái lát mỏng

Kết hợp tất cả các thành phần, ngoại trừ muối và hạt tiêu, trong nồi nấu chậm 5,5 lít / 91/2 pint. Đậy nắp và nấu ở nhiệt độ thấp trong 6 đến 8 giờ. Nêm nếm với muối và hạt tiêu. Phục vụ với băng.

bánh ngô ớt
Một món cà chua ngon phủ đầy totopos.

Phục vụ từ 6 đến

6 lon cà chua xắt nhỏ 400 g / 14 oz
400 g / hộp 14 oz đậu đen hoặc đậu pinto, để ráo nước và rửa sạch
175 g / 6 oz cà chua xay nhuyễn
175 ml / 6 fl oz bia hoặc nước
350 g / 12 oz Quorn có hương vị thịt hoặc thịt bò bằm
2 củ hành tây xắt nhỏ
1 ớt jalapeño hoặc một loại guindilla cay vừa khác, thái nhỏ
1 quả ớt xanh xắt nhỏ
2 tép tỏi đập giập
1 muỗng canh đường nâu nhạt
1 muỗng canh bột ca cao
1-2 thìa ớt bột
1-2 muỗng cà phê thì là
1-2 muỗng cà phê oregano khô
1/4 thìa cà phê đinh hương xay
muối và hạt tiêu đen mới xay, để nếm
bánh tortilla vụn và lá ngò tươi xắt nhỏ, al garinsh

Kết hợp tất cả các thành phần, ngoại trừ muối, hạt tiêu và đồ trang trí, trong nồi nấu chậm 5,5 lít / 91/2 pint. Đậy nắp và nấu ở nhiệt độ thấp trong 6 đến 8 giờ. Nêm nếm với muối và hạt tiêu. Phục vụ với totopos và rau mùi.

Chipotle khoai lang ớt

Nếu là người yêu thích đồ ăn Mexico, bạn có thể muốn thêm ớt chipotle (ớt jalapeño khô và hun khói) trong nước sốt adobo vào tủ đựng thức ăn của cửa hàng. Chúng có sẵn thông qua các nhà cung cấp chuyên biệt. Kiểm tra trước khi thêm nhiều hơn, vì chúng có thể rất nóng!

cho 4 người

2 hộp đậu đen 400 g / 14 oz, để ráo nước và rửa sạch
400 g/hộp 14 oz cà chua xắt nhỏ
250 ml / 8 fl oz nước hoặc nước luộc rau
500 g / 18 oz khoai tây, gọt vỏ và cắt khối vuông
2 củ hành tây xắt nhỏ
1 quả ớt xanh xắt nhỏ
1 cm / 1/2 củ gừng tươi, bào mịn
1 tép tỏi nghiền
1 muỗng cà phê hạt thì là, nghiền nát
1/2 – 1 quả ớt chipotle nhỏ trong nước sốt adobo, xắt nhỏ
muối để hương vị

Kết hợp tất cả các thành phần, ngoại trừ ớt chipotle và muối, trong nồi nấu chậm. Đậy nắp và nấu ở nhiệt độ thấp trong 6 đến 8 giờ, thêm ớt chipotle trong 30 phút cuối. nêm gia vị vừa ăn với muối.

Artemis ớt với cà chua tươi

Cà chua tươi và cây xô thơm khô mang lại cho loại ớt này một nét khác biệt. Chọn cà chua chín theo mùa để có được hương vị tốt nhất.

cho 4 người

2 hộp đậu mắt đen 400 g / 14 oz, để ráo nước và rửa sạch

750 g / 1 3⁄4 lb cà chua, cắt thành gajos

4 hẹ, thái lát

8 tép tỏi, thái lát mỏng

1 con guindilla đỏ cay lớn, rang, bỏ hạt và băm nhỏ

1⁄2 – 2 muỗng canh ớt bột

1 muỗng cà phê thì là

1 muỗng cà phê rau mùi

3⁄4 muỗng cà phê cây xô thơm khô

muối và hạt tiêu đen mới xay, để nếm

Kết hợp tất cả các thành phần, trừ muối và hạt tiêu, trong nồi nấu chậm. Đậy nắp và nấu ở nhiệt độ thấp trong 8 đến 9 giờ. Nêm nếm với muối và hạt tiêu.

Đậu đen, gạo và ngô ngọt Guindilla

Để thử cách nấu ăn của người Mexico, hãy sử dụng đậu đen trong món ớt chay đơn giản và nhanh chóng này, nhưng đậu đỏ cũng sẽ hiệu quả.

cho 4 người

2 lon cà chua xắt nhỏ 400 g / 14 oz

400 g / hộp 14 oz đậu đen, để ráo nước và rửa sạch

50 g / 2 oz ngô ngọt, rã đông nếu đông lạnh

3 củ hành tây xắt nhỏ

1 quả ớt đỏ lớn, xắt nhỏ

1 ớt jalapeño hoặc một loại guindilla cay vừa khác, thái nhỏ

3 tép tỏi đập giập

1/2 – 1 thìa ớt bột

1 muỗng cà phê tiêu Jamaica xay

25 g/1 oz gạo, đã nấu chín

muối và hạt tiêu đen mới xay, để nếm

Kết hợp tất cả các thành phần, ngoại trừ gạo, muối và hạt tiêu, trong nồi nấu chậm. Đậy nắp và nấu ở nhiệt độ thấp trong 8 đến 9 giờ, thêm gạo trong 15 phút cuối cùng. Nêm nếm với muối và hạt tiêu.

Tương ớt

Nước sốt đã chuẩn bị rất hữu ích để giữ trong tủ cửa hàng để tăng thêm hương vị và kết cấu cho những món ăn như thế này.

cho 4 người

400 g/hộp 14 oz cà chua xắt nhỏ

400 g / hộp 14 oz đậu đỏ, để ráo nước và rửa sạch

250 ml / 8 fl oz nước

120 ml / 4 fl oz nước sốt vừa hoặc cay đã pha chế

50 g / 2 oz ngô ngọt, rã đông nếu đông lạnh

1/2 – 1 thìa ớt bột

1/2 – 1 muỗng cà phê ớt jalapeño hoặc ớt cay vừa khác, thái nhỏ

90 g / 31/2 oz lúa mạch ngọc trai

muối và hạt tiêu đen mới xay, để nếm

50 g / 2 oz phô mai cheddar chín, nạo

Kết hợp tất cả các thành phần, ngoại trừ lúa mạch, muối, hạt tiêu và pho mát, trong nồi nấu chậm. Đậy nắp và nấu ở nhiệt độ thấp trong 6 đến 8 giờ, thêm lúa mạch trong 40 phút cuối cùng. Nêm nếm với muối và hạt tiêu. Rắc phô mai bào lên từng bát.

Ca-ri-bê Chi-lê

Món ớt ba đậu không thịt đậm đà này được chấm với nước sốt xoài. Ăn với cơm nguyên cám, nếu muốn.

Vì

2 lon cà chua xắt nhỏ 400 g / 14 oz

400 g / lon panh 14 oz, để ráo nước và rửa sạch

400 g / lon đậu cannellini 14 oz, để ráo nước và rửa sạch

400 g / hộp 14 oz đậu đen, để ráo nước và rửa sạch

2 ớt đỏ hoặc xanh xắt nhỏ

2 củ hành tây xắt nhỏ

1 ớt jalapeño hoặc một loại guindilla cay vừa khác, thái nhỏ

2 cm / 3⁄4 miếng gừng tươi, bào mịn

2 muỗng cà phê đường

3 tép tỏi lớn, nghiền nát

1 muỗng canh thì là

2 muỗng canh ớt bột

1⁄2 – 2 muỗng canh ớt bột

1⁄4 thìa cà phê đinh hương xay

1 muỗng canh nước cốt chanh

muối và hạt tiêu đen mới xay, để nếm

Sốt xoài (xem bên dưới)

Kết hợp tất cả các thành phần, ngoại trừ muối, hạt tiêu và sốt xoài, trong nồi nấu chậm 5,5 lít / 9 1/2 pint. Đậy nắp và nấu ở nhiệt độ thấp trong 6 đến 8 giờ. Nêm nếm với muối và hạt tiêu. Ăn kèm với nước sốt xoài.

sốt xoài

Nước sốt cay ngọt thơm ngon dùng kèm với các món cay.

Cho 6 người đi kèm

1 tay cầm hình khối

1 quả chuối thái hạt lựu

15 g / 1/2 oz rau mùi tươi, thái nhỏ

1/2 ớt jalapeño nhỏ hoặc một loại ớt cay vừa khác, thái nhỏ

1 muỗng canh nước dứa hoặc nước cam đậm đặc

1 muỗng cà phê nước cốt chanh

Kết hợp tất cả các thành phần.

Rosbif với Fettuccine

Cắt miếng thịt nướng đã nấu chín hoàn hảo này và dùng kèm với fettuccine.

cho 8 phần ăn

1 miếng bít tết không xương, bao gồm cả phần trên (khoảng 1,5 kg / 3 lb)

muối và hạt tiêu đen mới xay, để nếm

2 củ hành tây thái lát

120 ml / 4 fl oz nước dùng res

50 g / 2 oz petits pois đông lạnh, rã đông

1 muỗng canh bột ngô

2 muỗng canh nước

50 g / 2 oz pho mát Parmesan hoặc Roman mới bào

450 g / 1 pound fettuccine, đã nấu chín, còn ấm

Rắc nhẹ thịt với muối và hạt tiêu. Cho hành tây và nước dùng vào nồi nấu chậm. Chèn nhiệt kế cho thịt sao cho đầu vẫn ở giữa món nướng. Đậy nắp và nấu ở nhiệt độ thấp cho đến khi nhiệt kế thịt ghi 68oC để nấu ở lửa vừa, khoảng 4 giờ. Chuyển đến nguồn phục vụ và đậy lỏng lẻo bằng giấy nhôm.

Thêm đậu Hà Lan vào nồi nấu chậm. Chạm và nấu ở nhiệt độ cao trong 10 phút. Thêm bột ngô và nước kết hợp, khuấy trong 2-3 phút. Thêm phô mai. Nêm nếm với muối và hạt tiêu. Trộn với fettuccine và phục vụ với thịt.

Sốt củ cải cay Rosbif

Bạn có thể dùng phô mai Romano thay vì Parmesan nếu thích. Sử dụng cải ngựa nhiều hoặc ít gia vị để nếm thử.

cho 8 phần ăn

1 miếng bít tết không xương, bao gồm cả phần trên (khoảng 1,5 kg / 3 lb)

muối và hạt tiêu đen mới xay, để nếm

2 củ hành tây thái lát

120 ml / 4 fl oz nước dùng res

50 g / 2 oz petits pois đông lạnh, rã đông

1 muỗng canh bột ngô

2 muỗng canh nước

50 g / 2 oz phô mai parmesan mới bào

2 muỗng canh cải ngựa cay đã chuẩn bị

một nhúm ớt cayenne hào phóng

250 ml / 8 fl oz kem tươi

Rắc nhẹ thịt với muối và hạt tiêu. Cho hành tây và nước dùng vào nồi nấu chậm. Chèn nhiệt kế cho thịt sao cho đầu vẫn ở giữa món nướng. Đậy nắp và nấu ở nhiệt độ thấp cho đến khi nhiệt kế thịt ghi 68oC để nấu ở lửa vừa, khoảng 4 giờ. Chuyển đến nguồn phục vụ và đậy lỏng lẻo bằng giấy nhôm.

Thêm đậu Hà Lan vào nồi nấu chậm. Chạm và nấu ở nhiệt độ cao trong 10 phút. Thêm bột ngô và nước kết hợp, khuấy trong 2-3 phút. Thêm phô mai parmesan. Nêm nếm với muối và hạt tiêu. Trộn cải ngựa cay, ớt cayenne và kem và dùng với thịt.

Sauerbraten

Bạn có thể ướp thịt càng lâu thì thịt sẽ càng đậm đà. Nhiều công thức xúc xích không bao gồm kem chua; bỏ qua nó nếu bạn thích.

Phục vụ từ 8 đến

450 ml / 3⁄4 lít nước

Rượu vang đỏ khô 250 ml / 8 fl oz

1 củ hành tây lớn, thái lát mỏng

2 muỗng canh gia vị để ngâm chua

12 cái răng

12 hạt tiêu

2 lá nguyệt quế

1 1⁄2 muỗng cà phê muối

1 miếng bít tết không xương, chẳng hạn như ở trên hoặc pejerrey (khoảng 1,5 kg / 3 lb)

75 g / 3 oz bánh quy gừng và quả óc chó, nghiền mịn

150 ml / 1⁄4 pint kem chua

2 muỗng canh bột ngô

Đun nước, rượu, hành, gia vị và muối trong nồi lớn đun sôi. Tươi. Đổ hỗn hợp lên thịt trong nồi nấu chậm. Làm lạnh nồi, đậy nắp, trong ít nhất 1 ngày.

Đặt nồi vào nồi nấu chậm. Đậy nắp và nấu ở nhiệt độ thấp trong 6 đến 8 giờ. Lấy thịt ra nguồn để phục vụ và giữ ấm. Thêm bánh quy gừng và quả óc chó vào nước dùng. Thêm kem chua và bột ngô kết hợp, khuấy trong 2 đến 3 phút. Phục vụ nước sốt trên thịt thái lát.

Nướng trong nồi

Không thể đánh bại món nướng với rau cho một bữa ăn trong khí hậu lạnh; thêm rượu vang đỏ để tăng hương vị.

cho 8 phần ăn

Bít tết 1,5 kg / 3 lb để om
2 củ hành lớn, cắt đôi và thái lát
1 gói hỗn hợp súp hành tây
450 g / 1 lb cà rốt, thái lát dày
1 kg / 2 1/4 lb khoai tây sáp, chưa gọt vỏ
1/2 bắp cải nhỏ, cắt thành 6 đến 8 gajos
muối và hạt tiêu đen mới xay, để nếm
120 ml / 4 fl oz rượu vang đỏ khô hoặc nước dùng res

Đặt thịt lên trên hành tây trong nồi nấu chậm 5,5 lít / 9 1/2 pint và rắc hỗn hợp súp lên trên. Đặt các loại rau xung quanh thịt và rắc nhẹ muối và hạt tiêu. Thêm rượu hoặc nước dùng, đậy nắp và nấu ở nhiệt độ thấp trong 6 đến 8 giờ. Phục vụ thịt và rau với nước dùng, hoặc dùng chúng để làm nước xốt.

Lưu ý: để làm nước sốt, hãy đong nước dùng và đổ vào một cái nồi nhỏ. Đun cho đến khi nó sôi. Cứ 250 ml/8 fl oz nước dùng, pha 2 muỗng canh bột năng với 50 ml/2 fl oz nước lạnh, đánh đến khi đặc lại, khoảng 1 phút.

Cà phê rang

Một công thức yêu thích của một người bạn tốt, Judy Pompei, món carne de res trở nên đậm đà lạ thường khi thêm cà phê và nước tương.

cho 10 phần ăn

2 củ hành lớn, thái lát
1 miếng thịt bê rút xương, chẳng hạn như rabadilla (khoảng 1,5 kg / 3 lb)
250 ml / 8 fl oz cà phê đậm đặc
50 ml / 2 fl oz nước tương
1 tép tỏi nghiền
1 muỗng cà phê oregano khô
2 lá nguyệt quế

Cho một nửa số hành tây vào nồi nấu chậm. Che với thịt và hành tây còn lại. Thêm các thành phần còn lại. Đậy nắp và nấu ở nhiệt độ thấp trong 6 đến 8 giờ. Phục vụ thịt với nước dùng.

bò Bourguignon

Đây là phiên bản của Catherine Atkinson về tác phẩm kinh điển mạnh mẽ và được nhiều người yêu thích này từ vùng Burgundy của Pháp.

cho 4 người

175 g / 6 oz hành tây chưa gọt vỏ

2 muỗng canh dầu ô liu

100 g / 4 oz thịt xông khói có sọc không lớp vỏ, cắt thành miếng nhỏ

100 g / 4 oz nấm nhỏ

2 tép tỏi đập giập hoặc 10 ml / 2 thìa cà phê tỏi xay nhuyễn

250 ml / 8 fl oz nước dùng res

700 g / 1 1/2 lb thịt nạc hầm hoặc đũa, tỉa và cắt thành khối 5 cm / 2 inch

2 muỗng canh bột mì thông thường

250 ml / 8 fl oz rượu vang đỏ

1 nhánh húng tây tươi hoặc 2,5 ml / 1/2 muỗng cà phê húng tây khô

1 lá nguyệt quế

muối và hạt tiêu đen mới xay

2 muỗng canh mùi tây tươi xắt nhỏ

khoai tây nghiền kem và một loại rau xanh, để phục vụ

Cho hành tây vào hộp chịu nhiệt và đổ nước sôi vừa đủ ngập. Hãy hành động 5 phút. Trong khi đó, làm nóng 1 muỗng canh dầu trong chảo, thêm thịt xông khói và chiên cho đến khi vàng nhẹ. Chuyển sang nồi nấu chậm bằng thìa, để lại tất cả chất béo và nước trái cây. Xả hành tây và loại bỏ da khi chúng đủ mát để xử lý. Thêm vào chảo và nấu trên lửa nhỏ cho đến khi chúng bắt đầu chuyển sang màu nâu. Thêm nấm và tỏi và nấu trong 2 phút, khuấy đều. Chuyển rau vào nồi nấu. Đổ nước dùng vào, đậy nắp và bật nồi nấu chậm ở mức Cao hoặc Thấp.

Đun nóng dầu còn lại trong chảo và chiên các khối thịt bê cho đến khi bạn có màu nâu đậm ở tất cả các mặt. Rắc bột mì lên thịt và trộn đều. Dần dần đổ rượu vào, khuấy đều cho đến khi nước sốt sủi bọt và đặc lại. Thêm húng tây, lá nguyệt quế, muối và hạt tiêu vào nồi nấu chậm. Nấu hầm trong 3 đến 4 giờ ở nhiệt độ cao hoặc 6 đến 8 giờ ở nhiệt độ thấp hoặc cho đến khi thịt và rau rất mềm. Loại bỏ nhánh húng tây và lá nguyệt quế. Rắc rau mùi tây và dùng với khoai tây nghiền kem và rau xanh.

vú nướng

Món ức thơm ngon này được chế biến với nước xốt gia vị đơn giản và được nấu chín chậm đến mức hoàn hảo trong nước sốt thịt nướng.

cho 10 phần ăn

1 ức nạc, còn lại (khoảng 1,5 kg / 3 lb)
Bôi gia vị
450 ml / 3⁄4 lít nước sốt thịt nướng đã chuẩn bị
50 ml / 2 fl oz giấm rượu vang đỏ
50 g / 2 oz đường nâu nhạt
2 củ hành vừa, thái lát
120 ml / 4 fl oz nước
450 g / 1 pound fettuccine, đã nấu chín, còn ấm

Chà ức với Spice Rub và đặt vào nồi nấu chậm. Vierta kết hợp các thành phần còn lại, ngoại trừ fettuccine. Đậy nắp và nấu ở nhiệt độ thấp trong 6 đến 8 giờ, chuyển nhiệt thành cao trong

20 đến 30 phút cuối cùng. Lấy ức ra đĩa để phục vụ và để yên, đậy bằng giấy nhôm, trong khoảng 10 phút. Cắt lát và phục vụ với nước sốt thịt nướng và hành tây trên fettuccine.

Bánh mì bò nướng

Bánh sandwich khiêm tốn được biến thành một bữa tiệc thực sự trong công thức này.

cho 10 phần ăn

1 ức nạc, còn lại (khoảng 1,5 kg / 3 lb)
Spice Rub (xem bên dưới)
450 ml / ¾ lít nước sốt thịt nướng đã chuẩn bị
50 ml / 2 fl oz giấm rượu vang đỏ
50 g / 2 oz đường nâu nhạt
2 củ hành vừa, thái lát
120 ml / 4 fl oz nước
bánh mì baguette hoặc vụn bánh mì
Xà lách bắp cải

Chà ức với Spice Rub và đặt vào nồi nấu chậm. Đổ các nguyên liệu còn lại vào trộn đều, ngoại trừ bánh mì baguettes hoặc panecillos và salad cải xoăn. Đậy nắp và nấu ở nhiệt độ thấp trong 6 đến 8 giờ, chuyển nhiệt thành cao trong 20 đến 30 phút cuối cùng. Lấy ức ra đĩa để phục vụ và để yên, đậy bằng giấy nhôm, trong khoảng 10 phút. Cắt ức bằng nĩa và trộn với hỗn hợp thịt nướng. Dùng thìa, đặt thịt lên các miếng bánh mì baguette đã được chia nhỏ hoặc cuộn lại và phủ salad cải xoăn lên trên.

Bôi gia vị
Lý tưởng cho các món thịt.

Mang lại 3 muỗng canh

2 muỗng canh mùi tây tươi thái nhỏ
1 tép tỏi nghiền
1/2 muỗng cà phê muối nêm
1/2 muỗng cà phê gừng xay
1/2 muỗng cà phê hạt nhục đậu khấu mới xay
1/2 muỗng cà phê tiêu

Trộn tất cả các thành phần cho đến khi kết hợp tốt.

Bít tết sườn nhồi nấm

Nhân thịt xông khói, nấm và cỏ xạ hương có vị ngon tuyệt bên trong miếng thịt được nấu chín mềm.

Vì

3 lonchas thịt xông khói

225 g / 8 oz nấm mũ nâu, thái lát

1/2 củ hành tây xắt nhỏ

3/4 muỗng cà phê cỏ xạ hương khô

muối và hạt tiêu đen mới xay, để nếm

700 g / 1 1/2 lb thăn lưng không xương

175 ml / 6 fl oz rượu vang đỏ khô hoặc nước dùng res

100 g / 4 oz cơm, nấu chín, nóng

Nấu thịt xông khói trong chảo lớn cho đến khi giòn. Để ráo và vò nát. Loại bỏ tất cả trừ 1 muỗng canh mỡ thịt xông khói. Thêm nấm, hành tây và cỏ xạ hương vào chảo và xào cho đến khi mềm, 5-8 phút. Thêm thịt xông khói. Nêm nếm với muối và hạt tiêu.

Giã thịt bằng vồ thịt, nếu cần, để thịt có độ dày đồng đều. Đặt nhân lên trên miếng thịt và cuộn, bắt đầu từ mặt dài. Cố định bằng xiên ngắn và đặt vào nồi nấu chậm. Thêm rượu hoặc nước dùng. Đậy nắp và nấu ở nhiệt độ thấp trong 6 đến 8 giờ. Cắt lát và phục vụ trên cơm, đổ nước trái cây lên trên.

Ức hầm bia

Ướp là chìa khóa thành công của món thịt mềm và ngon ngọt này.

phục vụ 4-6

Ức cuộn 1,25 kg / 2 1/2 lb

300 ml/1/2 panh bia nhạt

muối và hạt tiêu đen mới xay

25 g / 1 oz thịt tái, mỡ thực vật màu trắng hoặc dầu hướng dương

2 củ hành tây, mỗi củ cắt thành 8 gajos

2 củ cà rốt, làm tư

2 nhánh cần tây, thái lát dày

2 nhánh húng tây tươi

2 lá nguyệt quế

2 răng nguyên vẹn

150 ml / 1/4 panh nước dùng có độ phân giải sôi

1 muỗng canh bột ngô (maicena)

Đặt thịt vào một cái bát đủ lớn để chứa nó và đổ bia vào. Đậy nắp và để ướp trong tủ lạnh ít nhất 8 giờ hoặc qua đêm nếu muốn, đảo nhiều lần nếu có thể. Xả thịt, dự trữ bia và sear. Nêm thịt thật kỹ với muối và hạt tiêu. Đun nóng dầu hoặc mỡ thực vật nhỏ giọt trong chảo lớn, nặng cho đến khi nóng. Thêm thịt và quay thường xuyên cho đến khi chín vàng. Cho thịt ra đĩa.

Đổ một ít dầu mỡ vào chảo, sau đó thêm hành tây, cà rốt và cần tây. Nấu trong vài phút cho đến khi vàng nhẹ và bắt đầu mềm. Đặt một lớp rau lên đáy nồi nấu bằng sứ. Đặt thịt lên trên, sau đó thêm các loại rau còn lại xung quanh các mặt của thịt. Thêm cỏ xạ hương, lá nguyệt quế và đinh hương. Đổ nước xốt bia lên thịt, tiếp theo là nước dùng thịt. Đậy nắp lại và nấu ở nhiệt độ thấp từ 5 đến 8 giờ hoặc cho đến khi thịt và rau chín và mềm. Lật thịt và rưới sốt một hoặc hai lần trong khi nấu.

Gắp thịt ra đĩa hoặc dùng nóng. Đậy bằng giấy nhôm và để yên trong 10 phút trước khi cắt thành lát dày. Trong khi đó, loại bỏ dầu mỡ từ nước trái cây và nước sốt trong nồi gốm. Hòa tan maicena với một ít nước lạnh trong nồi, sau đó lọc vào nước dùng (giữ lại rau, bỏ lá nguyệt quế và cỏ xạ hương). Đun sôi, đánh cho đến khi sủi bọt và đặc lại. Hương vị và điều chỉnh gia vị nếu cần thiết. Phục vụ nước sốt phong phú với thịt và rau.

Bánh flan thịt bê rau củ

Thịt sẽ vẫn cực kỳ mềm sau thời gian dài nấu chậm và sẽ được nhồi một cách tuyệt vời với tuyển chọn các loại rau thú vị này.

Vì

40 g / 1 1/2 oz nấm, thái lát

1/2 củ hành tây xắt nhỏ

1/2 củ cà rốt xắt nhỏ

50 g / 2 oz bí xanh, xắt nhỏ

25 g/1 oz ngô ngọt, rã đông nếu đông lạnh

3/4 muỗng cà phê hương thảo khô

1 muỗng canh dầu ô liu

muối và hạt tiêu đen mới xay, để nếm

700 g / 1 1/2 lb thăn lưng không xương

400 g/hộp 14 oz cà chua xắt nhỏ

100 g / 4 oz cơm, nấu chín, nóng

Xào nấm, hành tây, cà rốt, bí xanh, ngô ngọt và hương thảo trong dầu ô liu trong chảo cho đến khi mềm, 5-8 phút. Nêm nếm với muối và hạt tiêu.

Giã thịt bằng vồ thịt, nếu cần, để thịt có độ dày đồng đều. Đặt nhân lên trên miếng thịt và cuộn, bắt đầu từ mặt dài. Cố định bằng xiên ngắn và đặt vào nồi nấu chậm. Thêm cà chua. Đậy nắp và nấu ở nhiệt độ thấp trong 6 đến 8 giờ. Cắt lát và phục vụ trên cơm, đổ nước trái cây lên trên.

Carbonnade của thịt bê

Chỉ cần một lượng bia nhỏ để làm phong phú thêm món ăn quen thuộc này của Bỉ, vì vậy bạn nên chọn một loại bia mà ai cũng thích uống.

cho 4 người

700 g / 1½ lb thịt nạc hầm hoặc đũa, đã cắt tỉa

2 muỗng canh dầu hướng dương

1 củ hành tây lớn, thái lát mỏng

2 tép tỏi, nghiền nát hoặc 2 muỗng canh tỏi nghiền

2 muỗng cà phê đường nâu mềm

1 muỗng canh bột mì thông thường

250 ml / 8 fl oz bia nhẹ

250 ml / 8 fl oz nước dùng res

1 muỗng cà phê giấm rượu

1 lá nguyệt quế

muối và hạt tiêu đen mới xay

mùi tây tươi xắt nhỏ, để trang trí

bánh mì Pháp giòn, để phục vụ

Cắt thịt thành miếng vuông khoảng 5 cm/2 và dày 1 cm/1/2. Đun nóng 1 muỗng canh dầu trong chảo và cho thịt vào rán vàng đều các mặt. Chuyển sang nồi nấu bằng gốm bằng thìa, để lại nước ép trong chảo. Thêm dầu còn lại vào chảo. Thêm hành tây và nấu trên lửa nhỏ trong 5 phút. Thêm tỏi và đường, sau đó cho bột mì vào, đánh đều. Dần dần thêm bia và để cho nó sôi. Để nó sủi bọt trong một phút, sau đó tắt lửa. Đổ hỗn hợp lên thịt, sau đó thêm nước dùng và giấm. Thêm lá nguyệt quế và nêm muối và hạt tiêu. Che với nắp. Nấu trong 1 giờ ở nhiệt độ cao, sau đó giảm nhiệt xuống thấp và nấu thêm 5 đến 7 giờ nữa hoặc cho đến khi thịt rất mềm.

Loại bỏ lá nguyệt quế và điều chỉnh gia vị, nếu cần. Phục vụ ngay món thịt hầm, rắc một ít rau mùi tây tươi xắt nhỏ và ăn kèm với bánh mì Pháp giòn.

rouladen

Các miếng bít tết mỏng cho bánh mì tạo điều kiện thuận lợi cho công việc của những cuộn thịt và giăm bông này.

cho 4 người

4 miếng phi lê bánh mì thịt bê mỏng nhỏ hoặc 2 miếng lớn (khoảng 450 g / 1 pound tổng trọng lượng)
muối và hạt tiêu đen mới xay, để nếm
4 khoanh giăm bông hun khói (khoảng 25 g / 1 oz mỗi khoanh)
100 g / 4 oz nấm, thái nhỏ
3 muỗng canh dưa chua thái nhỏ
1/2 củ hành tây xắt nhỏ
1-2 muỗng canh mù tạt Dijon
1 muỗng cà phê thì là khô
120 ml / 4 fl oz nước dùng res

Bánh sandwich bít tết rắc nhẹ với muối và hạt tiêu. Che mỗi miếng bít tết bằng một lát giăm bông. Trộn các nguyên liệu còn lại, trừ nước dùng, và phết lên lonchas giăm bông. Cuộn bít tết lại, cố định bằng đũa cocktail. Đặt, đường may úp xuống, trong nồi nấu chậm. Thêm nước dùng. Đậy nắp và nấu ở nhiệt độ thấp trong 5-6 giờ.

rouladen bằng tiếng Ý

Provolone là một loại phô mai Ý tương tự như phô mai mozzarella nhưng có hương vị đậm đà hơn nhiều.

cho 4 người

4 miếng phi lê bánh mì thịt bê mỏng nhỏ hoặc 2 miếng lớn (khoảng 450 g / 1 pound tổng trọng lượng)
muối và hạt tiêu đen mới xay, để nếm
4 khoanh giăm bông hun khói (khoảng 25 g / 1 oz mỗi khoanh)
4 lát phô mai provolone
4 muỗng canh cà chua xắt nhỏ
2 muỗng cà phê thì là khô
120 ml / 4 fl oz nước dùng res

Bánh sandwich bít tết rắc nhẹ với muối và hạt tiêu. Che mỗi miếng bít tết bằng một lát giăm bông. Trộn phô mai và cà chua và rắc lên lonchas giăm bông. Bụi với thì là. Cuộn bít tết lại, cố định bằng đũa cocktail. Đặt, đường may úp xuống, trong nồi nấu chậm. Thêm nước dùng. Đậy nắp và nấu ở nhiệt độ thấp trong 5-6 giờ.

Rouladen phong cách Hy Lạp

Một hương vị của Hy Lạp, lịch sự của phô mai feta và ô liu.

cho 4 người

4 miếng phi lê bánh mì thịt bê mỏng nhỏ hoặc 2 miếng lớn
(khoảng 450 g / 1 pound tổng trọng lượng)
muối và hạt tiêu đen mới xay, để nếm
50 g/2 oz phô mai feta
2 hẹ, thái nhỏ
4 quả cà chua phơi nắng, xắt nhỏ
25 g / 1 oz ô liu Hy Lạp, thái lát
120 ml / 4 fl oz nước dùng res

Bánh sandwich bít tết rắc nhẹ với muối và hạt tiêu. Băm nhỏ pho mát với hành tây, cà chua khô và ô liu và rắc lên miếng bít tết. Cuộn bít tết lại, cố định bằng đũa cocktail. Đặt, đường may úp xuống, trong nồi nấu chậm. Thêm nước dùng. Đậy nắp và nấu ở nhiệt độ thấp trong 5-6 giờ.

sườn hầm

Bạn sẽ thấy những miếng sườn này đặc biệt ngon và mọng nước. Bạn được phép gặm xương!

cho 4 người

250 ml / 8 fl oz rượu vang đỏ khô hoặc nước dùng res

4 củ cà rốt lớn, thái lát dày

1 củ hành tây lớn, thái hạt lựu

2 lá nguyệt quế

1 muỗng cà phê kinh giới khô

900 g / 2 lb xương sườn res

Kết hợp tất cả các thành phần trong nồi nấu chậm, đặt sườn lên trên. Đậy nắp và nấu ở nhiệt độ thấp trong 7 đến 8 giờ.

Bò Res Cay Củ Cải Cay

Vị cay nồng của món thịt hầm Catherine Atkinson này đạt được nhờ hỗn hợp cải ngựa kem cay, gừng và bột cà ri.

cho 4 người

1 củ hành tây xắt nhỏ
2 muỗng canh nước sốt cải ngựa cay cho kem
1 muỗng canh sốt Worrouershire
450 ml / 3/4 pint nước dùng nóng (không đun sôi)
1 muỗng canh bột mì thông thường
1 muỗng cà phê bột cà ri vừa
1/2 muỗng cà phê gừng xay
1 muỗng cà phê đường nâu
700 g / 1 1/2 lb thịt nạc hầm hoặc đũa, cắt khối
muối và hạt tiêu đen mới xay
2 muỗng canh rau mùi tây tươi hoặc đông lạnh xắt nhỏ
khoai tây mới và rau xanh, để phục vụ

Cho hành vào nồi sứ. Khuấy cải ngựa cay và sốt Worrouershire vào nước dùng và đổ hành tây lên trên. Bật nồi nấu chậm ở mức thấp và để yên trong 3 đến 4 phút trong khi bạn chuẩn bị và đong các nguyên liệu còn lại.

Trộn bột mì, bột cà ri, gừng và đường vào tô. Thêm thịt và khuấy để phủ đều các khối bằng hỗn hợp gia vị. Thêm vào nồi nấu chậm và nêm muối và hạt tiêu. Đậy nắp và nấu từ 6 đến 7 giờ ở nhiệt độ thấp hoặc cho đến khi thịt rất mềm.

Thêm rau mùi tây và điều chỉnh gia vị nếu cần. Ăn với khoai tây mới và một loại rau xanh như bắp cải hấp.

bánh thịt đơn giản

Ấm, giống như bánh nhân thịt, với rất nhiều thức ăn thừa cho bánh mì! Ăn kèm với khoai tây nghiền hoàng gia.

Vì

700 g / 1½ lb thịt nạc băm nhỏ

100 g / 4 oz yến mạch

120 ml / 4 fl oz sữa tách kem

1 quả trứng

50 ml / 2 fl oz tương cà hoặc tương ớt

1 củ hành tây xắt nhỏ

½ ớt xanh xắt nhỏ

1 tép tỏi nghiền

1 muỗng cà phê gia vị thảo mộc khô của Ý

1 muỗng cà phê muối

½ muỗng cà phê tiêu

Làm tay cầm bằng nhôm và sắp xếp chúng vào nồi nấu chậm. Trộn tất cả các thành phần cho đến khi hòa quyện. Cho hỗn hợp hình bánh mì vào nồi nấu chậm, đảm bảo các mặt của bánh mì không chạm vào nồi. Chèn nhiệt kế cho thịt sao cho đầu vẫn ở giữa ổ bánh. Đậy nắp và nấu ở nhiệt độ thấp cho đến khi nhiệt kế thịt ghi 76oC, khoảng 6 đến 7 giờ. Dùng tay cầm lá nhôm lấy ra và để yên, phủ lỏng bằng lá nhôm trong 10 phút.

Thịt viên Ý

Bánh nhân thịt cổ điển nhưng mang đậm chất Ý. Có thể dùng tương ớt thay tương cà.

Vì

700 g / 1 1/2 lb thịt nạc băm nhỏ

100 g / 4 oz yến mạch

120 ml / 4 fl oz sữa tách kem

1 quả trứng

50 ml / 2 fl oz nước sốt cà chua

1 củ hành tây xắt nhỏ

1/2 ớt xanh xắt nhỏ

1 tép tỏi nghiền

1 muỗng canh phô mai Parmesan mới bào

50 g/2 oz phô mai mozzarella nạo

2 muỗng canh ô liu đen không xương, xắt nhỏ

1 muỗng cà phê gia vị thảo mộc khô của Ý

1 muỗng cà phê muối

1/2 muỗng cà phê tiêu

2 muỗng canh nước sốt cà chua hoặc sốt cà chua đã chuẩn bị

phô mai parmesan bào và phô mai mozzarella cứng bào, để trang trí

Làm tay cầm bằng nhôm và sắp xếp chúng vào nồi nấu chậm. Trộn tất cả các thành phần cho đến khi hòa quyện. Cho hỗn hợp hình bánh mì vào nồi nấu chậm, đảm bảo các mặt của bánh mì không chạm vào nồi. Chèn nhiệt kế cho thịt sao cho đầu vẫn ở giữa ổ bánh. Đậy nắp và nấu ở nhiệt độ thấp cho đến khi nhiệt kế thịt ghi 76oC, khoảng 6 đến 7 giờ. Phủ sốt cà chua hoặc sốt cà chua và rắc pho mát lên trên. Đậy nắp và nấu trên lửa nhỏ cho đến khi phô mai tan chảy, khoảng 5 đến 10 phút. Tháo bằng tay cầm bằng nhôm.

Bánh nhân phô mai mặn

Món bánh nhân thịt này có hương vị phô mai rất đậm đà, khiến món ăn trở nên đậm đà và cực kỳ thỏa mãn. Có thể dùng tương ớt thay tương cà.

Vì

450 g/1 cân thịt bò nạc xay

225 g / 8 oz thịt lợn nạc băm nhỏ

100 g / 4 oz phô mai mềm

75 g / 3 oz phô mai cheddar vụn

100 g / 4 oz yến mạch

120 ml / 4 fl oz sữa tách kem

1 quả trứng

50 ml / 2 fl oz nước sốt cà chua

2 muỗng canh nước sốt Worrouershire

1 củ hành tây xắt nhỏ

1/2 ớt xanh xắt nhỏ

1 tép tỏi nghiền

1 muỗng cà phê gia vị thảo mộc khô của Ý

1 muỗng cà phê muối

1/2 muỗng cà phê tiêu

Làm tay cầm bằng nhôm và sắp xếp chúng vào nồi nấu chậm. Trộn tất cả nguyên liệu, ngoại trừ 25 g/1 oz phô mai Cheddar, cho đến khi trộn đều. Cho hỗn hợp hình bánh mì vào nồi nấu chậm, đảm bảo các mặt của bánh mì không chạm vào nồi. Chèn nhiệt kế cho thịt sao cho đầu vẫn ở giữa ổ bánh. Đậy nắp và nấu ở nhiệt độ thấp cho đến khi nhiệt kế thịt ghi 76oC, khoảng 6 đến 7 giờ. Rắc phô mai cheddar đã để sẵn, đậy nắp và nấu trên lửa nhỏ cho đến khi phô mai tan chảy, từ 5 đến 10 phút. Tháo bằng tay cầm bằng nhôm.

Bánh thịt với tương ớt và đậu phộng

Nếu bạn không có Branston Pickle, bạn có thể sử dụng cùng một lượng tương ớt xắt nhỏ.

Vì

700 g / 1 1⁄2 lb thịt nạc băm nhỏ

100 g / 4 oz yến mạch

120 ml / 4 fl oz sữa tách kem

1 quả trứng

100 g / 4 oz dưa chuột Branston

1 củ hành tây xắt nhỏ

1⁄2 ớt xanh xắt nhỏ

1 tép tỏi nghiền

50 g/2 oz đậu phộng xắt nhỏ

1 muỗng cà phê bột cà ri

1⁄2 muỗng cà phê gừng xay

1 muỗng cà phê gia vị thảo mộc khô của Ý

1 muỗng cà phê muối

1⁄2 muỗng cà phê tiêu

Làm tay cầm bằng nhôm và sắp xếp chúng vào nồi nấu chậm. Trộn tất cả các thành phần cho đến khi hòa quyện. Cho hỗn hợp hình bánh mì vào nồi nấu chậm, đảm bảo các mặt của bánh mì không chạm vào nồi. Chèn nhiệt kế cho thịt sao cho đầu vẫn ở giữa ổ bánh. Đậy nắp và nấu ở nhiệt độ thấp cho đến khi nhiệt kế thịt ghi 76oC, khoảng 6 đến 7 giờ. Dùng tay cầm lá nhôm lấy ra và để yên, phủ lỏng bằng lá nhôm trong 10 phút.

Sốt trứng và chanh

Nước sốt chanh tinh tế này có thể được chuẩn bị với nước luộc rau.

Cho 6 người đi kèm

1 muỗng canh bơ hoặc bơ thực vật
2 muỗng canh bột mì
120 ml nước luộc gà
120 ml / 4 fl oz sữa tách kem
1 quả trứng, đánh nhẹ
3-4 thìa nước cốt chanh
1 muỗng cà phê vỏ chanh
muối và hạt tiêu trắng, để hương vị

Đun chảy bơ trong chảo vừa. Đánh bột và nấu trong 1 phút. Đánh bại nước dùng và sữa. Đun cho đến khi sôi, đánh cho đến khi đặc lại, khoảng 1 phút. Đánh khoảng một nửa hỗn hợp nước dùng vào trứng. Đánh lại hỗn hợp trong chảo. Đánh trên lửa vừa trong 1 phút. Thêm nước cốt chanh và niềm say mê. Nêm nếm với muối và hạt tiêu.

Bánh thịt chanh với trứng và nước sốt chanh

Bánh nhân thịt có một chiều hướng mới với điểm nhấn là chanh và nước sốt chanh và trứng nhẹ đi kèm.

Vì

700 g / 1½ lb thịt nạc băm nhỏ

50 g / 2 oz bánh mì tươi nạo

1 quả trứng

1 củ hành tây băm nhỏ

½ quả ớt xanh nhỏ, xắt nhỏ

1 tép tỏi nghiền

1 thìa nước cốt chanh

1 muỗng canh vỏ chanh nạo

1 muỗng cà phê mù tạt Dijon

½ muỗng cà phê cỏ xạ hương khô

½ muỗng cà phê tiêu

¾ muỗng cà phê muối

Nước thịt trứng và chanh (xem bên trái)

Làm tay cầm bằng nhôm và sắp xếp chúng vào nồi nấu chậm. Trộn tất cả các thành phần, ngoại trừ nước sốt trứng và chanh, cho đến khi kết hợp tốt. Cho hỗn hợp hình bánh mì vào nồi nấu chậm, đảm bảo các mặt của bánh mì không chạm vào nồi. Chèn nhiệt kế cho thịt sao cho đầu vẫn ở giữa ổ bánh. Đậy nắp và nấu ở nhiệt độ thấp cho đến khi nhiệt kế thịt ghi 76oC, 6 đến 7 giờ. Lấy ra, sử dụng tay cầm giấy bạc và để yên, đậy lỏng bằng giấy bạc, trong 10 phút. Ăn với nước sốt trứng và chanh.

Bánh mì thịt nguội chua ngọt

Cũng có thể nấu bánh nhân thịt trong khuôn ổ bánh mì 23 x 13 cm / 9 x 5 hoặc trong hai khuôn ổ bánh mì nhỏ hơn, nếu chúng vừa với nồi nấu chậm. Đặt chảo trên lưới hoặc trong hộp cá ngừ rỗng không có cả hai đầu.

Vì

450 g/1 cân thịt bò nạc xay

225 g / 8 oz giăm bông hun khói băm nhỏ hoặc thái nhỏ

50 g / 2 oz bánh mì tươi nạo

1 quả trứng

1 củ hành tây băm nhỏ

1⁄2 quả ớt xanh nhỏ, xắt nhỏ

1 tép tỏi nghiền

1 muỗng cà phê mù tạt Dijon

2 quả dưa chuột xắt nhỏ

50 g / 2 oz hạnh nhân, cắt thành khối lớn

50 g / 2 oz hỗn hợp trái cây sấy khô

90 g / 31⁄2 oz mứt mơ

1 muỗng canh giấm táo

2 muỗng canh nước tương

1⁄2 muỗng cà phê tiêu

3⁄4 muỗng cà phê muối

Làm tay cầm bằng nhôm và sắp xếp chúng vào nồi nấu chậm. Trộn tất cả các thành phần cho đến khi hòa quyện. Cho hỗn hợp hình bánh mì vào nồi nấu chậm, đảm bảo các mặt của bánh mì không chạm vào nồi. Chèn nhiệt kế cho thịt sao cho đầu vẫn ở giữa ổ bánh. Đậy nắp và nấu ở nhiệt độ thấp cho đến khi nhiệt kế thịt ghi 76oC, 6 đến 7 giờ. Lấy ra, sử dụng tay cầm giấy bạc và để yên, đậy lỏng bằng giấy bạc, trong 10 phút.

Thịt dễ dàng với rượu và rau

Một món thịt hầm đơn giản nhưng thỏa mãn. Phục vụ trên mì, nếu muốn.

cho 4 người

450 g / 1 lb bít tết thăn, cắt thành dải 1 cm / 1⁄2

250 ml / 8 fl oz nước dùng res

120 ml / 4 fl oz rượu vang đỏ khô

275 g / 10 oz khoai tây chiên, cắt thành miếng ngắn

2 củ khoai tây thái hạt lựu

2 củ hành nhỏ, cắt thành gajos

3 củ cà rốt, thái lát dày

3⁄4 muỗng cà phê cỏ xạ hương khô

muối và hạt tiêu đen mới xay, để nếm

Kết hợp tất cả các thành phần, trừ muối và hạt tiêu, trong nồi nấu chậm. Đậy nắp và nấu ở nhiệt độ thấp trong 6 đến 8 giờ. Nêm nếm với muối và hạt tiêu.

Lá cải xoăn nhồi bông

Chọn thịt nạc xay loại ngon trộn với tiêu, hành và thính gạo để có món lá cải nấu sốt cà chua có hương vị thơm ngon.

cho 4 người

8 tấm bắp cải lớn

450 g/1 cân thịt bò nạc xay

1/2 củ hành tây thái nhỏ

1/4 ớt xanh thái nhỏ

15 g / 1/2 oz gạo, đã nấu chín

50 ml / 2 oz nước

1 muỗng cà phê muối

1/4 muỗng cà phê tiêu đen mới xay

400 g / 14 oz nước sốt cà chua đã chuẩn bị

450 g/1 lb lon cà chua xắt nhỏ

Cho lá cải xoăn vào nước sôi cho đến khi mềm, khoảng 1 đến 2 phút. Thoát nước tốt. Cắt các gân thô của lá để chúng phẳng. Trộn thịt băm và các thành phần còn lại, ngoại trừ nước sốt cà chua và cà chua xắt nhỏ. Chia hỗn hợp thịt thành tám phần bằng nhau, nặn từng phần thành hình ổ bánh. Bọc từng cái trong một chiếc lá cải xoăn, gấp các đầu và hai bên. Đổ một nửa nước sốt cà chua kết hợp và cà chua xắt nhỏ vào nồi nấu chậm. Thêm các cuộn bắp cải, với các đường nối xuống. Khuấy phần còn lại của hỗn hợp cà chua. Đậy nắp và nấu ở nhiệt độ thấp trong 6 đến 8 giờ.

thịt viên Florentine
Phô mai ricotta, rau bina và hương liệu Địa Trung Hải làm cho món thịt viên này có hương vị thơm ngon đặc biệt.

cho 4 người

65 g / 2 1/2 oz lá rau bina

100 g/4 oz phô mai ricotta

1 quả trứng

2 hẹ xắt nhỏ

2 tép tỏi

2 muỗng cà phê oregano khô

1/2 muỗng cà phê thì là khô

1/2 muỗng cà phê hạt nhục đậu khấu mới xay

1/2 muỗng cà phê muối

1/2 muỗng cà phê tiêu

450 g/1 cân thịt bò nạc xay

25 g / 1 oz bánh mì tươi nạo

1 lít / 1 3/4 panh nước sốt mì thảo mộc

225 g / 8 oz fettuccine, đã nấu chín, còn ấm

Chế biến rau bina, ricotta, trứng, hẹ, tỏi, gia vị, muối và hạt tiêu trong máy xay thực phẩm hoặc máy xay sinh tố cho đến khi mịn. Trộn với thịt băm và bánh mì nghiền. Định hình hỗn hợp thành 8-12 viên thịt. Kết hợp thịt viên và nước sốt mì ống trong nồi nấu chậm, phủ nước sốt lên thịt viên. Đậy nắp và nấu ở nhiệt độ thấp trong 5-6 giờ. Phục vụ với fettuccine.

Rigatoni với thịt viên cà tím

Cà tím là một thành phần bất ngờ trong món thịt viên tuyệt vời này.

Vì

Thịt viên cà tím (xem bên dưới)

700 g / 1 1/2 lb nước sốt mì ống từ lọ

350 g / 12 oz Rigatoni hoặc các dạng mì ống khác, nấu chín, nóng

2-3 muỗng canh dầu ô liu

2 muỗng canh bạch hoa để ráo nước

15 g / 1/2 oz mùi tây tươi xắt nhỏ

Kết hợp thịt viên cà tím và nước sốt mì ống trong nồi nấu chậm, phủ nước sốt lên thịt viên. Đậy nắp và nấu ở nhiệt độ thấp trong 6 đến 8 giờ. Trộn Rigatoni với dầu, nụ bạch hoa và rau mùi tây. Ăn kèm với thịt viên và nước sốt.

cà tím viên

Cà tím thái hạt lựu làm tăng thêm sự phong phú tuyệt vời cho những viên thịt làm từ thịt này.

Phục vụ 18 viên thịt

1 quả cà tím nhỏ (khoảng 350 g / 12 oz), thái hạt lựu
700 g / 1 1⁄2 lb thịt nạc băm nhỏ
50 g / 2 oz pho mát Parmesan hoặc Roman mới bào
25 g / 1 oz bánh mì khô
2 quả trứng
1 1⁄2 muỗng cà phê gia vị thảo mộc khô của Ý
1 muỗng cà phê muối
1⁄2 muỗng cà phê tiêu

Nấu cà tím trong 5 cm nước sôi trong chảo vừa cho đến khi mềm, khoảng 10 phút. Để ráo nước, để nguội và nghiền nát. Kết hợp cà tím với phần còn lại của các thành phần thịt viên. Mẫu 18 viên thịt.

www.ingramcontent.com/pod-product-compliance
Lightning Source LLC
Chambersburg PA
CBHW070404120526
44590CB00014B/1248